大中华文库
汉语—越南语对照
TỦ SÁCH VĂN HÓA TRUNG HOA
Đối chiếu Hán - Việt

中国古代寓言选

TRUYỆN NGỤ NGÔN TRUNG QUỐC

邓海霞　今译
［越南］黎辉潇　译

Đặng Hải Hà dịch bạch thoại
Lê Huy Tiêu dịch

岳麓书社
Nhạc Lộc thư xã

Xuất bản lần thứ nhất: 2023

ISBN 978-7-5538-1828-3

Nhà xuất bản: NHẠC LỘC THƯ XÃ
Địa chỉ: Số 47 đường Tân Dân thành phố Trường Sa tỉnh Hồ Nam Trung Quốc
Mã bưu chính: 410006
Website: http://www.yueluhistory.com

In ấn: Công ty TNHH In Bích Lan Tinh thành phố Thâm Quyến
In tại Nước Cộng Hoà Nhân Dân Trung Hoa

国家出版基金项目
NATIONAL PUBLICATION FOUNDATION

大中华文库

TỦ SÁCH VĂN HÓA TRUNG HOA

总　序

杨牧之

《大中华文库》终于出版了。我们为之高兴，为之鼓舞，但也倍感压力。

当此之际，我们愿将郁积在我们心底的话，向读者倾诉。

一

中华民族有着悠久的历史和灿烂的文化，系统、准确地将中华民族的文化经典翻译成外文，编辑出版，介绍给全世界，是几代中国人的愿望。早在几十年前，西方一位学者翻译《红楼梦》，将书名译成《一个红楼上的梦》，将林黛玉译为“黑色的玉”。我们一方面对外国学者将中国的名著介绍到世界上去表示由衷的感谢，一方面为祖国的名著还不被完全认识，甚至受到曲解，而感到深深的遗憾。还有西方学者翻译《金瓶梅》，专门摘选其中自然主义描述最为突出的篇章加以译介。一时间，西方学者好像发现了奇迹，掀起了《金瓶梅》热，说中国是“性开放的源头”，公开地在报刊上鼓吹中国要“发扬开放之传统”。还有许多资深、友善的汉学家译介中国古代的哲学著作，在把中华民族文化介绍给全世界的工作方面做出了重大贡献，但或囿于理解有误，或缘于对中国文字认识的局限，质量上乘的并不多，常常是隔靴搔痒，说不到点子上。大哲学家黑格尔曾经说过：中国有最完备的国史。但他认为中国古代没有真正意义上的哲学，还处在哲学史前状态。这么了不起的哲学家竟然做出这样大失水准的评论，何其不幸。正如任何哲学家都要受时间、地点、条件的制约一样，黑格尔也离不开这一规律。当时他也只能从上述水平的汉学家译过去的文字去分析、理解，所以，黑格尔先生对中国古代社会的认识水平是什么状态，也就不难想象了。

中国离不开世界，世界也缺少不了中国。中国文化摄取外域的新成分，丰富了自己，又以自己的新成就输送给别人，贡献于世界。从公元5世纪开始到公元15世纪，大约有一千多年，中国走在世界的前列。在这一千多年的时间里，她的光辉照耀全世界。人类要前进，怎么能不全面认识中国，怎么能不认真研究中国的历史呢?

二

中华民族是伟大的，曾经辉煌过，蓝天、白云、阳光灿烂，和平而兴旺；也有过黑暗的、想起来就让人战栗的日子，但中华民族从来是充满理想，不断追求，不断学习，渴望和平与友谊的。

中国古代伟大的思想家孔子曾经说过：“三人行，必有我师焉。择其善者而从之，其不善者而改之。”孔子的话就是要人们向别人学习。这段话正是概括了整个中华民族与人交往的原则。人与人之间交往如此，在与周边的国家交往中也是如此。

秦始皇第一个统一了中国，可惜在位只有十几年，来不及做更多的事情。汉朝继秦而继续强大，便开始走出去，了解自己周边的世界。公元前139年，汉武帝派张骞出使西域。他带着一万头牛羊，总值一万万钱的金帛货物，作为礼物，开始西行，最远到过“安息”（即波斯）。公元73年，班超又率36人出使西域。36个人按今天的话说，也只有一个排的人数，显然是为了拜访未曾见过面的邻居，是去交朋友。到了西域，班超派遣甘英作为使者继续西行，往更远处的大秦国（即罗马）去访问，“乃抵条支而历安息，临西海以望大秦”（《后汉书·西域传》）。“条支”在“安息”以西，即今天的伊拉克、叙利亚一带，“西海”应是今天的地中海。也就是说甘英已经到达地中海边上，与罗马帝国隔海相望，“临大海欲渡”，却被人劝阻而未成行，这在历史上留下了遗恨。可以想见班超、甘英沟通友谊的无比勇气和强烈愿望。接下来是唐代的玄奘，历经千难万险，到“西天”印度取经，带回了南亚国家的古老文化。归国后，他把带回的佛教经典组织人翻译，到后来很多经典印度失传了，但中国却保存完好，以至于今天，没有玄奘的《大唐西域记》，印度人很难完整地编写印度古代史。明代郑和“七下西洋”，把中华文化传到东南亚一带。鸦片战争以后，一代又一代先进的中国人，为了振兴中华，又前赴后继，向西方国家学习先进的科学思想和文明成果。这中间有我们的国家领导人朱德、周恩来、邓小平；有许许多多大文学家、科学家、艺术家，如郭沫若、李四光、钱学森、冼星海、徐悲鸿等。他们的追求、奋斗，他们的博大胸怀，兼收并蓄的精神，为人类社会增添了光彩。

中国文化的形成和发展过程，就是一个以众为师、以各国人民为师，不断学习和创造的过程。中华民族曾经向周边国家和民族学习过许多东西，假如没有这些学习，中华民族绝不可能创造出昔日的辉煌。回顾历史，我们怎么能够不对伟大的古埃及文明、古希腊文明、古印度文明满怀深深的感激？怎么能够不对伟大的欧洲文明、非洲文明、美洲文明、大洋洲文明，以及中国周围的亚洲文明充满温情与敬意?

中华民族为人类社会曾经做出过独特的贡献。在15世纪以前，中国的科学技术一直处于世界遥遥领先的地位。英国科学家李约瑟说：“中国在公元3世纪到13世纪之间，保持着一个西方所望尘莫及的科学知识水平。”美国耶鲁大学教授、《大国的兴衰》的作者保罗·肯尼迪坦言：“在近代以前时期的所有文明中，没有一个国家的文明比中国更发达，更先进。”

世界各国的有识之士千里迢迢来中国观光、学习。在这个过程中，中国唐朝的长安城渐渐发展成为国际大都市。西方的波斯、东罗马，东亚的高丽、新罗、百济，南亚的南天竺、北天竺，频繁前来。外国的王侯、留学生，在长安供职的外国官员，商贾、乐工和舞士，总有几十个国家，几万人之多。日本派出的“遣唐使”更是一批接一批。传为美谈的日本人阿部仲麻吕（晁衡）在长安留学的故事，很能说明外国人与中国的交往。晁衡学成仕于唐朝，前后历时五十余年。晁衡与中国的知识分子结下了深厚的友情。他归国时，传说在海中遇难身亡。大诗人李白作诗哭悼：“日本晁卿辞帝都，征帆一片绕蓬壶。明月不归沉碧海，白云愁色满苍梧。”晁衡遇险是误传，但由此可见中外学者之间在中国长安交往的情谊。

后来，不断有外国人到中国来探寻秘密，所见所闻，常常让他们目瞪口呆。《希腊纪事》（希腊人波桑尼阿著）记载公元2世纪时，希腊人在中国的见闻。书中写道：“赛里斯人用小米和青芦喂一种类似蜘蛛的昆虫，喂到第五年，虫肚子胀裂开，便从里面取出丝来。”从这段对中国古代养蚕技术的描述，可见当时欧洲人与中国人的差距。公元9世纪中叶，阿拉伯人来到中国。一位阿拉伯作家在他所著的《中国印度闻见录》中记载了曾旅居中国的阿拉伯商人的见闻：

——一天，一个外商去拜见驻守广州的中国官吏。会见时，外商总盯着官吏的胸部，官吏很奇怪，便问："你好像总盯着我的胸，这是怎么回事?"那位外商回答说："透过你穿的丝绸衣服，我隐约看到你胸口上长着一个黑痣，这是什么丝绸，我感到十分惊奇。"官吏听后，失声大笑，伸出胳膊，说："请你数数吧，看我穿了几件衣服。"那商人数过，竟然穿了五件之多，黑痣正是透过这五层丝绸衣服显现出来的。外商惊得目瞪口呆，官吏说："我穿的丝绸还不算是最好的，总督穿的要更精美。"

——书中关于茶（他们叫干草叶子）的记载，可见阿拉伯国家当时还没有喝茶的习惯。书中记述："中国国王本人的收入主要靠盐税和泡开水喝的一种干草税。在各个城市里，这种干草叶售价都很高，中国人称这种草叶叫'茶'，这种干草叶比苜蓿的叶子还多，也略比它香，稍有苦味，用开水冲喝，治百病。"

——他们对中国的医疗条件十分羡慕，书中记载道："中国人医疗条件很好，穷人可以从国库中得到药费。"还说："城市里，很多地方立一石碑，高10肘，上面刻有各种疾病和药物，写明某种病用某种药医治。"

——关于当时中国的京城，书中作了生动的描述：中国的京城很大，人口众多，一条宽阔的长街把全城分为两半，大街右边的东区，住着皇帝、宰相、禁军及皇家的总管、奴婢。在这个区域，沿街开凿了小河，流水潺潺；路旁，葱茏的树木整然有序，一幢幢宅邸鳞次栉比。大街左边的西区，住着庶民和商人。这里有货栈和商店，每当清晨，人们可以看到，皇室的总管、宫廷的仆役，或骑马或步行，到这里来采购。

此后的史籍对西人来华的记载，渐渐多了起来。13世纪意大利旅行家马可·波罗，尽管有人对他是否真的到过中国持怀疑态度，但他留下一部记述元代事件的《马可·波罗游记》却是确凿无疑的。这部游记中的一些关于当时中国的描述使得西方人认为是“天方夜谭”。总之，从中西文化交流史来说，这以前的时期还是一个想象和臆测的时代，相互之间充满了好奇与幻想。

从16世纪末开始，由于航海技术的发展，东西方航路的开通，随着一批批传教士来华，中国与西方开始了直接的交流。沟通中西的使命在意大利传教士利玛窦那里有了充分的体现。利玛窦于1582年来华，1610年病逝于北京，在华二十余年。他把科学作为传教的工具，激起中国一些读书人对西方科学的兴趣。除了传教以外，他还做了两件具有历史象征意义的事，一是1594年前后在韶州用拉丁文翻译《四书》，并作了注释；二是与明代学者徐光启合作，用中文翻译了《几何原本》。

西方传教士对《四书》等中国经典的粗略翻译，以及杜赫德的《中华帝国志》等书对中国的介绍，在西方读者的眼前展现了一个异域文明，在当时及稍后一段时期引起了一场“中国热”，许多西方大思想家都曾注目于中国文化。有的推崇中华文明，如莱布尼兹、伏尔泰、魁奈等，有的对中华文明持批评态度，如孟德斯鸠、黑格尔等。莱布尼兹认识到中国文化的某些思想与他的观念相近，如周易的卦象与他发明的二进制相契合，对中国文化给予了热情的礼赞；黑格尔则从他整个哲学体系的推演出发，认为中国没有真正意义上的哲学，还处在哲学史前的状态。但是，不论是推崇还是批评，是吸纳还是排斥，都对中西文化的交流产生了巨大的影响。随着先进的中国科学技术的西传，特别是中国的造纸、火药、印刷术和指南针四大发明的问世，大大改变了世界的面貌。马克思说："中国的火药把骑士阶层炸得粉碎，指南针打开了世界市场并建立了殖民地，而印刷术则变成了新教的工具，变成对精神发展创造必要前提的最强大的杠杆。"英国的哲学家培根说：中国的四大发明"改变了全世界的面貌和一切事物的状态"。

三

大千世界，潮起潮落。云散云聚，万象更新。中国古代产生了无数伟大的科学家：祖冲之、李时珍、孙思邈、张衡、沈括、毕昇……产生了无数科技成果：《齐民要术》《九章算术》《伤寒杂病论》《本草纲目》……以及保存至今的世界奇迹：浑天仪、地动仪、都江堰、敦煌石窟、大运河、万里长城……但从15世纪下半叶起，风水似乎从东方转到了西方，落后的欧洲只经过400年便成为世界瞩目的文明中心。英国的牛顿、波兰的哥白尼、德国的伦琴、法国的居里、德国的爱因斯坦、意大利的伽利略、俄国的门捷列夫、美国的费米和爱迪生……光芒四射，令人敬仰。

中华民族开始思考了。潮起潮落究竟是什么原因？中国人发明的火药，传到欧洲，转眼之间反成为欧洲列强轰击中国大门的炮弹，又是因为什么？

鸦片战争终于催醒了中国人沉睡的迷梦，最先"睁眼看世界"的一代精英林则徐、魏源迈出了威武雄壮的一步。曾国藩、李鸿章搞起了洋务运动。中国的知识分子喊出"民主与科学"的口号。中国是落后了，中国的志士仁人在苦苦探索。但落后中饱含着变革的动力，探索中孕育着崛起的希望。"向科学进军"，中华民族终于又迎来了科学的春天。

今天，世界已经跨入21世纪。分散隔绝的世界，逐渐变成联系为一体的世界。现在，经济全球化趋势日益明显，一个民族、一个国家的历史也就在愈来愈大的程度上成为全世界的历史。当今，任何一种文化的发展都离不开对其他优秀文化的汲取，都以其他优秀文化的发展为前提。在近现代，西方文化汲取中国文化，不仅是中国文化的传播，更是西方文化自身的创新和发展；正如中国文化对西方文化的汲取一样，既是西方文化在中国的传播，同时也是中国文化在近代的转型和发展。地球上所有的人类文化，都是我们共同的宝贵遗产。既然我们生活的各个大陆，在地球史上曾经是连成一气的“泛大陆”，或者说是一个完整的“地球村”，那么，我们同样可以在这个以知识和学习为特征的网络时代，走上相互学习、共同发展的大路，建设和开拓我们人类崭新的“地球村”。

西学仍在东渐，中学也将西传。各国人民的优秀文化正日益迅速地为中国文化所汲取，而无论西方和东方，也都需要从中国文化中汲取养分。正是基于这一认识，我们组织出版汉英对照版《大中华文库》，全面系统地翻译介绍中国传统文化典籍。我们试图通过《大中华文库》，向全世界展示，中华民族五千年的追求，五千年的梦想，正在新的历史时期重放光芒。中国人民就像火后的凤凰，万众一心，迎接新世纪文明的太阳。

1999年8月 北京

Lời tựa chung

Dương Mục Chi

Tủ sách Văn hóa Trung Hoa cuối cùng đã được xuất bản. Chúng tôi cảm thấy vui mừng và được cổ vũ về tinh thần khi cuốn sách này đến với độc giả, nhưng chúng tôi cũng cảm thấy gặp nhiều áp lực trong quá trình hoàn thiện cuốn sách.

Nhân dịp này, chúng tôi sẽ chia sẻ đôi điều với độc giả về những gì đã đọng lại trong lòng chúng tôi.

I

Dân tộc Trung Hoa có lịch sử lâu đời và nền văn hóa rực rỡ, phiên dịch một cách có hệ thống và chính xác các tác phẩm văn hóa kinh điển của dân tộc Trung Hoa sang tiếng nước ngoài, rồi biên tập xuất bản, giới thiệu cho toàn thế giới là nguyện vọng của nhiều thế hệ người Trung Quốc. Ngay từ vài thập kỷ trước, một học giả phương Tây khi dịch tác phẩm *Hồng Lâu Mộng,* đã dịch tên sách thành *Giấc mơ của một tòa lâu đài đỏ* và dịch tên nhân vật nữ chính "Lâm Đại Ngọc" thành "Viên ngọc đen". Một mặt, chúng tôi bày tỏ lòng biết ơn chân thành đến các học giả nước ngoài đã cố gắng giới thiệu tác phẩm kinh điển Trung Quốc ra thế giới. Mặt khác, chúng tôi cảm thấy rất đáng tiếc khi những kiệt tác của đất nước Trung Quốc chưa được hiểu biết đầy đủ hoặc thậm chí bị hiểu lầm. Ngoài ra còn có học giả phương Tây dịch tác phẩm *Kim Bình Mai*, cố tình trích dịch và giới thiệu các chương mô tả chủ nghĩa tự nhiên nổi bật nhất. Ngay lập tức, các học giả phương Tây dường như đã phát hiện ra một hiện tượng đặc biệt và dấy lên cơn sốt *Kim Bình Mai*. Họ nói rằng Trung Quốc là "Khởi nguồn của sự mở cửa tình dục" và công khai thổi phồng trên báo chí rằng Trung Quốc sẽ "phát huy truyền thống mở cửa". Có nhiều nhà Hán học có bề dày nghiên cứu và thân thiện đã dịch và giới thiệu các tác phẩm triết học cổ đại của Trung Quốc, đóng góp lớn lao cho công việc giới thiệu văn hóa dân tộc Trung Hoa đến với thế giới, nhưng do họ có thể hiểu sai hoặc do hiểu biết hạn hẹp về ngôn ngữ văn tự Trung Quốc, vì vậy ít có tác phẩm dịch đạt chất lượng cao, thường dịch hời hợt qua loa, không thể tái hiện sâu sắc nội dung cốt lõi. Nhà triết học vĩ đại Hegel từng nói: Trung Quốc có lịch sử quốc gia đầy đủ nhất. Nhưng ông cho rằng thời cổ đại Trung Quốc chưa có triết học thật sự, vẫn chỉ nằm trong trạng thái thời tiền sử của triết học. Thật đáng tiếc làm sao khi một triết gia vĩ đại lại đưa ra nhận xét không xứng tầm như vậy! Bất kỳ triết gia nào cũng đều bị hạn chế bởi thời gian, địa điểm và điều kiện, Hegel không thể nằm ngoài quy luật này. Vào thời điểm đó, ông chỉ có thể phân tích và lý giải nội dung các văn bản được dịch bởi các nhà Hán học với trình độ nói trên, như vậy thì dễ tưởng tượng mức độ hiểu biết của Hegel về xã hội cổ đại Trung Quốc như thế nào!

Trung Quốc không thể thiếu thế giới và thế giới cũng không thể thiếu Trung Quốc. Văn hóa Trung Quốc tiếp nhận những yếu tố mới từ nước ngoài, làm phong phú nền văn hóa dân tộc và truyền bá những thành tựu mới của Trung Quốc cho các quốc gia khác cũng như đóng góp cho thế giới. Trong khoảng một nghìn năm từ thế kỷ 5 đến thế kỷ 15, Trung Quốc luôn đứng đầu thế giới. Trong thời gian hơn nghìn năm này, sự rạng rỡ của nền văn hóa Trung Hoa tỏa sáng khắp thế giới. Nhân loại muốn tiến về phía trước, cần phải hiểu biết đầy đủ về Trung Quốc, cần phải nghiêm túc nghiên cứu lịch sử

Trung Quốc.

II

Dân tộc Trung Hoa vĩ đại từng có những tháng ngày rực rỡ, trời xanh, mây trắng, nắng rạng, yên bình và thịnh vượng; cũng có những tháng ngày đen tối khiến người ta run sợ khi nghĩ tới, nhưng dân tộc Trung Hoa luôn tràn đầy lý tưởng, không ngừng vươn lên, không ngừng học hỏi, khao khát hòa bình và hữu nghị.

Khổng Tử, nhà tư tưởng vĩ đại cổ đại Trung Quốc đã từng nói: "*Trong ba người cùng đi, ắt có người là thầy ta. Ta chọn điều thiện điều tốt của người này mà học theo; ta xét điều ác điều xấu của người kia mà sửa đổi.*" Lời dạy của Khổng Tử nhằm khuyên răn con người ta phải biết học hỏi người khác. Câu nói này đã khái quát các nguyên tắc giao tiếp của dân tộc Trung Hoa. Quan hệ qua lại giữa người với người là như vậy, suy rộng hơn, mối quan hệ với các nước láng giềng cũng như vậy.

Tần Thủy Hoàng là người đầu tiên thống nhất đất nước Trung Quốc, nhưng tiếc là ông chỉ mới trị vì được hơn mười năm, còn rất nhiều công việc chưa kịp làm. Nhà Hán tiếp tục mạnh mẽ sau nhà Tần và bắt đầu vươn ra bên ngoài lãnh thổ để tìm hiểu thế giới xung quanh. Năm 138 TCN, vua Hán Vũ Đế đã cử Trương Khiên đi sứ Tây Vực. Ông mang theo cả vạn con bò và cừu cũng như hàng hóa như vàng bạc và tơ lụa trị giá trăm triệu quan tiền làm lễ vật, và bắt đầu đến tận nước "An Tức" (tức Ba Tư). Năm 73 SCN, ngài Ban Siêu lại dẫn 36 người đi sứ Tây Vực. Theo cách nói ngày nay, 36 người chỉ bằng một trung đội, rõ ràng họ đã đi thăm những người hàng xóm láng giềng chưa từng gặp và kết bạn. Khi đến Tây Vực, Ban Siêu đã cử ngài Cam Anh làm sứ giả để tiếp tục hành trình về phía tây, đến thăm nơi xa hơn là Vương quốc Đại Tần (theo cách nói xưa tức thành La Mã), "*Đã tới nước Điều Chi và qua nước An*

Tức, đến bờ biển phía Tây thăm thành La Mã" (*Hậu Hán thư. Tây Vực truyện*). Nước Điều Chi được nhắc đến trong sách nằm ở phía tây của nước An Tức, tức Iraq và Syria ngày nay, còn Biển Tây là Địa Trung Hải ngày nay. Điều đó có nghĩa là, ngài Cam Anh đã đến vùng ven biển Địa Trung Hải và đã nhìn thấy đế quốc La Mã phía bên kia biển. Ông "muốn vượt biển khơi", nhưng ông đã bị ngăn cản và không thực hiện được chuyến đi, để lại sự tiếc nuối trong lịch sử. Qua đây chúng ta có thể tưởng tượng lòng can đảm và niềm khao khát kết nối giao lưu hữu nghị của ngài Ban Siêu và ngài Cam Anh mạnh mẽ như thế nào! Tiếp đó là ngài Huyền Trang nhà Đường đã trải qua muôn vàn nguy hiểm, đến Tây Thiên Ấn Độ thỉnh kinh và mang về văn hóa cổ xưa của các nước Nam Á. Sau khi về nước, ông đã tổ chức người dịch những bộ kinh Phật giáo mà ông đã mang về. Về sau, nhiều kinh điển ở Ấn Độ đã thất truyền, nhưng Trung Quốc vẫn gìn giữ nguyên vẹn, vì vậy mà ngày nay, nếu không có *Đại Đường Tây Vực ký* thì người Ấn Độ rất khó để viết lịch sử cổ đại của Ấn Độ. Vào thời nhà Minh, Trịnh Hòa với "Bảy chuyến đi sứ Tây Dương" đã truyền bá văn hóa Trung Hoa sang các nước Đông Nam Á. Sau chiến tranh Nha phiến, để chấn hưng Trung Hoa người Trung Quốc tiến bộ từ thế hệ này đến thế hệ khác, người sau tiếp bước người trước, tiếp tục học hỏi tư tưởng khoa học tiên tiến và thành tựu văn minh của các nước phương Tây. Trong số đó phải kể đến các nhà lãnh đạo nhà nước của Trung Quốc là Chu Đức, Chu Ân Lai và Đặng Tiểu Bình; và nhiều nhà khoa học, nhà văn và nghệ sĩ, như Quách Mạt Nhược, Lý Tứ Quang, Tiền Học Sâm, Tiền Tinh Hải và Từ Bi Hồng, v.v. Sự vươn lên và tinh thần phấn đấu cũng như hoài bão rộng lớn và tinh thần bao dung hòa hợp của họ đã tô điểm cho xã hội loài người thêm rực rỡ.

Quá trình hình thành và phát triển của văn hóa Trung Quốc là một quá trình học hỏi và sáng tạo không ngừng lấy mọi người làm thầy, lấy nhân dân các nước làm thầy. Dân tộc Trung Hoa đã học được nhiều điều từ các nước và dân tộc láng giềng, nếu không học hỏi như vậy, dân tộc Trung Hoa sẽ không bao giờ tạo ra được sự huy hoàng trong quá khứ. Nhìn lại lịch sử, làm sao chúng ta không biết ơn sâu sắc đối với nền văn minh Ai Cập cổ đại, nền văn minh Hy Lạp cổ đại và nền văn minh Ấn Độ cổ đại? Làm sao chúng ta không tỏ lòng thiện chí và kính trọng nền văn minh châu Âu, nền văn minh châu Phi, nền văn minh châu Mỹ, nền văn minh Úc vĩ đại và nền văn minh châu Á quanh Trung Quốc?

Dân tộc Trung Hoa đã có những đóng góp độc đáo cho xã hội loài người. Trước thế kỷ 15, nền khoa học kỹ thuật của Trung Quốc luôn đứng vị trí hàng đầu trên thế giới. Nhà khoa học người Anh Joseph Needham cho biết: "*Trung Quốc duy trì trình độ kiến thức khoa học mà phương Tây không thể sánh nổi từ thế kỷ thứ 3 đến thế kỷ 13.*" Giáo sư Đại học Yale, tác giả của cuốn sách "*Sự trỗi dậy và sụp đổ của các cường quốc*" là Paul Kennedy đã thẳng thắn công nhận: "*Trong số tất cả các nền văn minh trước thời cận đại, không một quốc gia nào có nền văn minh phát triển và tiên tiến hơn Trung Quốc.*"

Nhân sĩ các nước từ khắp nơi trên thế giới đã đi hàng nghìn dặm đến thăm và học tập tại Trung Quốc. Trong quá trình này, thành phố Trường An của nhà Đường Trung Quốc dần dần phát triển thành một đô thị quốc tế. Ba Tư, Đông La Mã của phương Tây, Cao Ly, Tân La (Silla), Bách Tế (Baekje), Nam Thiên Trúc, Bắc Thiên Trúc ở Đông Á thường xuyên qua lại lẫn nhau. Các vương hầu và học sinh nước ngoài, quan chức nước ngoài phục vụ tại Trường An, thương nhân, nhạc sĩ và vũ công đến từ hàng chục quốc gia với hàng chục nghìn người. "Sứ đoàn" mà Nhật Bản cử sang nhà Đường hết đợt này đến đợt khác. Câu chuyện tốt đẹp về người Nhật Abe no Nakamaro (tên chữ Hán là Triều Hành) du học tại Trường An, là một minh chứng sống động về sự giao lưu giữa người nước ngoài và Trung Quốc. Sau khi học xong, Abe no Nakamaro trở thành một quan chức trong triều đình nhà Đường kéo dài hơn 50 năm. Abe no Nakamaro là người vun đắp mối tình hữu nghị sâu sắc với các trí thức Trung Quốc. Tương truyền, ông đã mất trên đường về nước vì gặp nạn trên biển. Nhà thơ vĩ đại Lý Bạch đã viết một bài thơ có tựa *Khốc Triều Khanh Hành* để bày tỏ lòng thương tiếc Abe no Nakamaro:

Nhật Bản Triều Khanh từ đế đô,
Chinh phàm nhất phiến nhiễu Bồng Hồ.
Minh nguyệt bất quy trầm bích hải,
Bạch vân sầu sắc mãn Thương Ngô.

Dịch nghĩa:

Bạn Triều nước Nhật giã kinh đô,
Buồm dong một lá trẩy Bồng Hồ.
Trăng sáng không về, chìm bể biếc,
Một màu mây trắng dãi Thương Ngô[1].

Việc gặp nạn của Abe no Nakamaro là một thông tin nhầm lẫn, nhưng từ đó cho thấy tình cảm giao lưu hữu nghị ở Trường An giữa học giả Trung Quốc và nước ngoài.

Sau đó, người nước ngoài đã không ngừng đến Trung Quốc để tìm kiếm bí mật, những gì tai nghe mắt thấy đã khiến họ sững sờ. *Ký sự Hy Lạp* (của Possangia người Hy Lạp viết) ghi lại những điều tai nghe mắt thấy của người Hy Lạp ở Trung Quốc vào thế kỷ thứ 2. Trong sách có ghi: "*Người Seres đã sử dụng hạt kê và cây sậy xanh để nuôi loài côn trùng giống nhện, nuôi đến năm thứ 5, bụng của con côn trùng sưng lên và nứt ra, rồi lấy tơ ra từ đó.*" Từ đoạn văn mô tả về cách nuôi tằm của thời cổ đại Trung Quốc cho thấy khoảng

[1] Theo bản dịch của chimviet.free.fr

cách chênh lệch giữa người châu Âu và Trung Quốc hồi đó. Vào giữa thế kỷ thứ 9, người Ả Rập đã đến Trung Quốc. Một nhà văn Ả Rập đã ghi lại những điều tai nghe mắt thấy của các thương nhân Ả Rập sống ở Trung Quốc trong cuốn sách có tên *Trung Quốc Ấn Độ vấn kiến lục*:

- Một ngày, một nhà buôn nước ngoài đã đến thăm một vị quan Trung Quốc tại Quảng Châu. Trong cuộc gặp mặt, nhà buôn nước ngoài này luôn nhìn chằm chằm vào ngực của ông quan. Ông quan này thấy lạ bèn hỏi: "Hình như ông đang nhìn chằm chằm vào ngực tôi, có chuyện gì đang xảy ra vậy?" Nhà buôn nước ngoài trả lời: "Nhìn xuyên qua chiếc áo tơ lụa mà ông đang mặc, tôi thấy lờ mờ một nốt ruồi đen trên ngực ông, đây là loại lụa gì vậy, tôi thấy rất ngạc nhiên." Nghe vậy, ông quan cười lớn, đưa tay ra và nói: "Ông hãy đếm xem tôi mặc mấy chiếc áo." Nhà buôn này đếm xong thấy ông quan này mặc tới năm chiếc áo. Nốt ruồi đen được hiện ra qua năm lớp áo lụa này. Nhà buôn nước ngoài hết sức ngạc nhiên. Ông quan nói: "Lụa tôi mặc không phải là tốt nhất, tổng đốc còn mặc tinh tế hơn."

- Những ghi chép về trà (chúng được gọi là lá cỏ khô) trong cuốn sách cho thấy hồi đó các nước Ả Rập chưa có thói quen uống trà. Cuốn sách có đoạn viết: "Thu nhập của vua Trung Quốc chủ yếu phụ thuộc vào thuế muối và thuế cỏ khô dùng để pha nước sôi. Ở các thành phố, giá bán của loại cỏ khô này rất cao, người Trung Quốc gọi loại lá cỏ này là "trà". Loại cỏ khô này có nhiều lá hơn cỏ linh lăng, và có mùi thơm hơn một chút, nó có vị đắng và được hãm bằng nước sôi để chữa tất cả các bệnh. "

- Họ rất thán phục điều kiện khám chữa bệnh của Trung Quốc. Trong sách có ghi: "Người Trung Quốc có điều kiện y tế tốt, người nghèo được trợ cấp tiền thuốc từ ngân sách nhà nước." Họ còn nói: "Trong thành phố, nhiều nơi có dựng một tấm bia đá, cao khoảng 5 mét, trên đó khắc tên các loại bệnh và tên thuốc, viết rõ loại bệnh nào điều trị bằng loại thuốc nào."

- Về kinh thành của Trung Quốc thời bấy giờ, cuốn sách đã mô tả một cách sinh động như sau: Kinh thành Trung Quốc rất rộng lớn và có dân số đông, một đường phố vừa dài vừa rộng chia thành phố ra thành hai nửa, bên tay phải đường phố là khu Đông, nơi ở của nhà vua, tể tướng, cấm quân và tổng quản của hoàng gia và nô tì. Trong khu vực này, những con sông nhỏ được đào dọc theo đường phố và nước chảy róc rách; những hàng cây tươi tốt mọc đều tăm tắp ở bên đường, và những ngôi nhà san sát nối tiếp nhau. Bên tay trái đường phố là khu Tây, nơi ở của dân thường và nhà buôn. Khu này có nhiều nhà kho và cửa hàng, cứ mỗi buổi sáng, người ta sẽ thấy tổng quản của hoàng gia, người hầu của cung đình, hoặc cưỡi ngựa hoặc đi bộ đến đây để mua hàng hóa.

Về sau, các ghi chép lịch sử về người phương Tây đến Trung Quốc dần dần nhiều lên. Cho dù đến nay người ta vẫn còn hoài nghi việc nhà thám hiểm người Ý Marco Polo có thực sự đến Trung Quốc hay không vào thế kỷ 13, nhưng ông đã để lại một cuốn sách có tên *Marco Polo du kí* (hay *Những chuyến du hành của Marco Polo*) mô tả các sự kiện của đời Nguyên chắc chắn không thể nghi ngờ. Một số mô tả về Trung Quốc hồi đó trong cuốn sách này khiến người phương Tây nghĩ rằng đó là chuyện *Nghìn lẻ một đêm*. Nói tóm lại, về mặt lịch sử giao lưu văn hóa Trung Quốc và phương Tây, giai đoạn trước đó vẫn là một kỷ nguyên của trí tưởng tượng và suy đoán, kèm theo đầy những sự tò mò và ảo tưởng.

Từ cuối thế kỷ 16, do sự phát triển của kỹ thuật hàng hải và sự khai thông của các tuyến đường biển nối liền phương Đông và phương Tây, cùng với việc các đoàn giáo sĩ đến Trung Quốc, Trung Quốc và phương Tây bắt đầu giao lưu trực tiếp. Sứ mệnh giao lưu giữa Trung Quốc và phương Tây được thể hiện một cách đầy đủ ở giáo sĩ người Ý tên là Matteo Ricci. Matteo Ricci đến Trung Quốc năm 1582, qua đời vì bệnh ở Bắc Kinh năm 1610 và ở Trung Quốc hơn 20 năm. Ông đã sử dụng khoa học như một công cụ truyền giáo để khơi dậy hứng thú của một số trí thức Trung Quốc đối với khoa học phương Tây. Ngoài việc truyền giáo, ông còn làm hai việc ý nghĩa mang tính lịch sử. Một là dịch *Tứ thư* bằng tiếng La-tinh và có phần chú thích ở Thiệu Châu vào khoảng năm 1594; hai là cùng học giả thời Minh là Từ Quang Khải dịch chung cuốn *Cơ sở của hình học* của Euclid sang tiếng Trung Quốc.

Các bản dịch thô sơ của các giáo sĩ phương Tây về các tác phẩm kinh điển của Trung Quốc như *Tứ thư* và những giới thiệu về Trung Quốc qua các cuốn sách như *Đế quốc chí Trung Quốc* (Nguyên bản là *Description geographique de la Chine*) của Jean-Baptiste Du Halde, v.v đã vẽ ra trước mắt độc giả phương Tây một nền văn minh nước ngoài, và vào thời kỳ đó và một thời kỳ tiếp theo đã dấy lên "cơn sốt Trung Quốc", nhiều nhà tư tưởng lớn phương Tây đã chú ý đến văn hóa Trung Quốc. Một số người suy tôn nền văn minh Trung Quốc như Leibniz, Voltaire, Quenne, v.v, nhưng cũng có người có thái độ phê bình đối với nền văn minh Trung Quốc, như Montesquieu, Hegel, v.v. Leibniz nhận thấy rằng một số tư tưởng trong văn hóa Trung Quốc tương tự như quan niệm của ông, chẳng hạn như bát quái Chu Dịch hợp với hệ thống số nhị phân mà ông phát minh ra, vì vậy ông đã hết lời ca ngợi văn hóa Trung Quốc; còn Hegel thì lại xuất phát từ việc suy diễn cả hệ thống triết học của ông, cho rằng Trung Quốc chưa có triết học thật sự, vẫn còn nằm trong trạng thái thời tiền sử của triết học. Tuy nhiên, cho dù là ca ngợi hay phê bình, tiếp thu hay bài trừ, đều có ảnh hưởng rất lớn đến giao lưu văn hóa Trung Quốc và phương Tây. Cùng với việc khoa học công nghệ tiên tiến của Trung Quốc truyền sang phương Tây, đặc biệt là sự ra đời của bốn phát minh lớn của Trung Quốc là sản xuất giấy, thuốc súng, kỹ thuật in ấn và la bàn, đã làm thay đổi rất lớn bộ mặt của thế giới. Mác nói: "*Thuốc súng của Trung Quốc đã làm nổ tung tầng lớp kị sĩ, la bàn đã mở ra thị trường thế giới và xây dựng nên các thuộc địa, và nghề in trở thành một công cụ của Tin lành và là đòn bẩy mạnh mẽ nhất để tạo ra các điều kiện tiên quyết cần thiết cho sự phát triển tinh thần.*" Nhà triết học người Anh là Bacon nói: *Bốn phát minh vĩ đại của Trung Quốc "đã làm thay đổi bộ mặt của thế giới và trạng thái của mọi sự vật.*"

III

Thế giới bao la, lúc thăng lúc trầm. Mây tụ mây tan, vật đổi sao dời. Trung Quốc cổ đại có vô số nhà khoa học vĩ đại như: Tổ Xung Chi, Lý Thời Trân, Tôn Tư Mạo, Trương Hành, Thẩm Quát, Tất Thăng, v.v đã tạo ra vô số thành tựu khoa học và công nghệ như: *Tề dân yếu thuật*, *Cửu chương toán thuật*, *Thương hàn tạp bệnh luận* và *Bản thảo cương mục,* v.v và các kỳ tích thế giới được bảo tồn đến ngày nay như: Hỗn thiên nghi, Địa động nghi, công trình thủy lợi Đô Giang Yển, Hang đá Đôn Hoàng, Đại vận hà (kênh đào lớn Bắc Kinh – Hàng Châu) và Vạn Lý Trường Thành, v.v. Nhưng từ nửa sau của thế kỷ 15, xu thế phát triển dường như từ phương Đông chuyển sang phương Tây, chỉ trong vòng 400 năm, châu Âu lạc hậu đã trở thành trung tâm của nền văn minh thu hút sự chú ý của thế giới. Newton ở Anh, Copernicus ở Ba Lan, Roentgen ở Đức, Curie ở Pháp, Einstein ở Đức, Galileo ở Ý, Mendeleev ở Nga, Fermi và Edison ở Hoa Kỳ, v.v đã tỏa ra hào quang rực rỡ, tạo những thành tựu khiến người ta vô cùng ngưỡng mộ.

Dân tộc Trung Hoa bắt đầu suy nghĩ. Nguyên nhân gì đã dẫn đến sự thăng trầm? Thuốc súng do người Trung Quốc phát minh truyền sang châu Âu, trong chớp mắt, lại trở thành viên đạn của các cường quốc châu Âu phóng thẳng vào cửa ngõ của Trung Quốc. Nguyên nhân là tại sao?

Chiến tranh Nha phiến cuối cùng đã đánh thức những giấc mơ êm đềm của người Trung Quốc. Lâm Tắc Từ và Ngụy Nguyên, thế hệ danh nhân kiệt xuất đầu tiên “mở mắt nhìn thế giới” đã bước một bước khí thế hùng tráng. Tăng Quốc Phiên và Lý Hồng Chương đã phát động phong trào Dương Vụ. Trí thức Trung Quốc hô khẩu hiệu “Dân chủ và Khoa học”. Trung Quốc đã bị tụt lại phía sau, các nhân sĩ Trung Quốc có lý tưởng cao cả đang chịu khó tìm lối đi. Nhưng sự lạc hậu chứa đầy động lực đổi mới, trong sự tìm tòi ấp ủ hy vọng cho sự trỗi dậy. “Tiến tới khoa học", cuối cùng dân tộc Trung Hoa đã được đón nhận mùa xuân của khoa học.

Ngày nay, thế giới đã bước vào thế kỷ 21. Thế giới chia rẽ và phân tán đã dần trở thành một thế giới kết nối. Hiện nay, khi xu thế toàn cầu hóa kinh tế ngày càng trở nên rõ rệt, lịch sử của một dân tộc và một quốc gia đã trở thành lịch sử của thế giới trên một mức độ lớn hơn bao giờ hết. Ngày nay, sự phát triển của bất kỳ nền văn hóa nào không thể tách rời khỏi sự tiếp nhận đối với các nền văn hóa tiên tiến khác, và đều lấy sự phát triển của các nền văn hóa tiên tiến khác làm tiền đề. Trong thời cận hiện đại, văn hóa phương Tây đã tiếp nhận văn hóa Trung Quốc, điều đó không chỉ là sự truyền bá của văn hóa Trung Quốc, mà còn là sự đổi mới và phát triển của chính văn hóa phương Tây; giống như văn hóa Trung Quốc đã tiếp nhận văn hóa phương Tây, đó vừa là sự truyền bá của văn hóa phương Tây ở Trung Quốc và đồng thời cũng là sự chuyển đổi và phát triển của văn hóa Trung Quốc trong thời cận đại. Tất cả các nền văn hóa của loài người trên trái đất đều là di sản quý giá chung. Tất cả các lục địa chúng ta sống đã từng là khối “Toàn lục địa” trong lịch sử trái đất, hoặc có thể nói là một “ngôi làng trái đất” hoàn chỉnh, như vậy thì chúng ta cũng có thể bắt đầu đi trên con đường học hỏi lẫn nhau và cùng phát triển trong kỷ nguyên mạng với đặc trưng là kiến thức và học tập, xây dựng và phát triển “ngôi làng trái đất” hoàn toàn mới của nhân loại.

Văn hóa phương Tây vẫn đang truyền bá sang phương Đông, và văn hóa Trung Quốc sẽ truyền bá sang phương Tây. Các nền văn hóa tiên tiến của nhân dân các nước đang ngày càng được văn hóa Trung Quốc tiếp nhận, mà bất kể là phương Tây hay là phương Đông cũng cần phải tiếp nhận tinh hoa của văn hóa Trung Quốc. Dựa trên sự hiểu biết này, chúng tôi đã tổ chức xuất bản *Tủ sách Văn hóa Trung Hoa* phiên bản đối chiếu Hán - Anh, dịch và giới thiệu một cách toàn diện và có hệ thống các tác phẩm kinh điển văn hóa truyền thống Trung Quốc. Thông qua bộ *Tủ sách Văn hóa Trung Hoa*, chúng tôi đã cố gắng thể hiện trước thế giới sự theo đuổi 5000 năm và giấc mơ 5000 năm của dân tộc Trung Hoa lại đang tỏa sáng rực rỡ trong một giai đoạn lịch sử mới. Như con chim phượng hoàng sau ngọn lửa, nhân dân Trung Quốc muôn người như một, chào đón mặt trời của nền văn minh trong thế kỷ mới.

Bắc Kinh, tháng 8 năm 1999

“一带一路”沿线国家语言对照版
序　言

杨牧之

时间如飞，各位读者打开的这批书，已经是《大中华文库》的第三批书了。

一

从1994年《大中华文库》经新闻出版署立项开始，到今天，2019年10月，已经过去25年。这25年，《大中华文库》的出版经历了二个阶段：

从1994年到2016年，我们用20多年的时间完成了“汉英对照版”，总计110种图书的译介出版。这是我们国家首次全面、系统地向世界推介中国文化典籍，弘扬中华民族优秀传统文化的国家重大出版工程。这是第一阶段。

第二阶段从2009年开始。为了进一步扩大国际影响和受众覆盖面，我们又着手启动“多语种项目”，继续把中文典籍翻译成联合国使用的另外4种官方语言，即法、俄、西、阿语，再加上另外3种重要语言德、日、韩语，这样，总计就是7种语言。我们从汉英对照版110种典籍中，选出常用且必备的25种典籍，用上述7种语言和中文对照出版，总计175个品种，目前也已全部完成。

现在这一批书，应该是第三个阶段了。这一阶段主要是配合中央“一带一路”倡议，开展“一带一路”沿线国家语言对照版的翻译工作。第一批涉及29种语言（越南语、乌克兰语、柬埔寨语、老挝语、马来语、缅甸语、泰语、印尼语、孟加拉语、乌尔都语、印地语、哈萨克语、吉尔吉斯语、波斯语、土耳其语、希伯来语、斯瓦希里语、捷克语、匈牙利语、保加利亚语、罗马尼亚语、马其顿语、塞尔维亚语、葡萄牙语、阿拉伯语、法语、俄语、西班牙语、德语等），84种典籍。

千百年来，中华民族从陆上、从海上开拓了举世闻名的丝绸之路。那是一条和平之路，一条与世界交往、广交朋友之路。沿着古老的丝绸之路，中华民族走向世界，创造了举世无双、持续不断的灿烂文明。今天，我们继承这份辉煌的遗产，开始了“一带一路”新的征程。“一带一路”上，国家林立，语言丰富，文化多彩，我们要把《大中华文库》送过去，把他们的灿烂文化学过来。

二

《大中华文库》启动伊始，在封面设计上，我们突出了三个标志性的图案。这三个图案，便是我们编辑这套大书、进行这项工程的志向。

一个是中国传统建筑大门上的“门环”，以此作为本书的标志。门环图案是复制的故宫大门上的“门环”，象征着去叩开中华民族文化的宝库。

二是封面上汹涌澎湃的黄河壶口瀑布。黄河是中华民族的摇篮，源远流长，奔腾向前，最具中国特色。

三是书脊下方的长城垛口图案。当整套书摆在一起的时候，书脊上的长城垛口连接起来，便构成连绵不断的万里长城，象征中国文化如万里长城般巍峨挺立，悠久绵长。

为了不辜负这三个标志，我们制定了编辑《大中华文库》“三个精”的原则，以求达到国家出版水平的高标准。大家从这三个方面保证质量：一是精选书目，二是精细翻译，三是精心印制。

“精选书目”是根本。中国古代典籍约有20多万种，从中选出能代表中华民族传统文化的精华是搞好这套《文库》的根本。工作委员会、编辑委员会三次座谈、两次发调查表，征求北大、清华等全国著名高校和中科院、社科院、军科院以及国家图书馆专家的意见，反复论证，最终确定了110种典籍。这110种典籍，上自先秦，下至近代，内容涵盖哲学、宗教、政治、经济、军事、历史、文学以及科技等各个方面。既有已广为国外所了解的《老子》《论语》《孙子兵法》等经典书目，更多的则是目前没有译本，或没有完整译本，很少为国外所知的经典图书。我们担心优秀的图书漏掉，《文库》全部选题落实后，再一次征求各学科有代表性的专家意见。专家们一致表示，选题涵盖很全面，一流的中国古代典籍基本都入选了。

这110种典籍，也是第二期“多语种”工程和第三期“一带一路”工程选题的基础。

“精细翻译”，质量第一。2001年朱镕基总理、李岚清副总理视察新闻出版总署，听我们汇报这套书时，镕基总理说：“这套书不错，应该很有读者，很有市场啊。”岚清副总理说：“关键是要搞好翻译，保证翻译质量。”他们的意见是很中肯的。我们把他们的意见，作为我们编译工作的指导思想。

《文库》把保证翻译质量作为首要任务，组织中外专家进行翻译审校，中文原文版本也都经过了精心选择、认真校对。一开始是几家做过类似图书的出版社参加，逐渐有近30家出版社加入进来。实施大工程，组织工作是关键。我们设有两个委员会：工作委员会和编辑委员会。工作委员会负责出版社的遴选，签订出版合同，制订出版计划等组织协调工作，从而保证《文库》工作有计划稳步进行；编辑委员会负责版本选择、译者确定、内容审查。在翻译质量上，出版社进行一、二、三审，编辑委员会进行四审和五审。四审主要请外文局的一大批外文专家以及学术界的中文专家论证审稿，五审由编辑委员会总编辑和副总编辑进行，如果不合格就要退回去重新做编辑加工，以确保质量。此外，《文库》约请专家撰写“导言”，编制词目索引，满足海内外读者阅读需要。

“精心印制”，要体现中国出版风格和水平。因为这项工程先后有30余家出版社共同参与，而且图书品种、印制数量庞大，不可能一次印制完成。为了保证全书质量、外观的一致性，保证多批印制纸张颜色、质量的一致性，在工作委员会下设印制小组，主要工作是统一版式、统一纸张、统一印刷、统一装帧，达到四个统一。《文库》是个大工程，由于坚持了质量第一，坚持了四个统一，保证了工程的整体质量。

1999年8月，《大中华文库》汉英对照版第一批15种正式出版。

第一回合的胜利，一批带有故宫门环图标、黄河壶口瀑布图像、连绵不断的长城垛口图案的精美图书摆在我们面前，大大鼓舞了参与工作的全体同志。第一批《文库》图书出版后，先后获得了国家图书奖最高奖“国家图书奖荣誉奖”、全国古籍整理优秀图书一等奖。2011年12月，经中央批准，《大中华文库》出版工程获新闻出版总署表彰。

《大中华文库》以其深厚的文化内涵、优异的出版质量，已成为名副其实的国家名片。2006年4月，胡锦涛主席访问美国，将《大中华文库》作为国礼赠送给美国耶鲁大学；2009年1月温家宝总理访问西班牙，向马德里塞万提斯学院赠送了《大中华文库》；2011年10月李克强同志访问朝鲜，向金日成综合大学赠送了《大中华文库》；2012年4月伦敦书展期间，李长春同志向英国伦敦南岸大学孔子学院赠送了《大中华文库》，并且在他出访印尼、澳大利亚、韩国、新加坡等国时，都选择了将《大中华文库》作为礼物；刘延东同志出访美国赠书，以及在2012年4月的伦敦书展开幕式上，向大英图书馆赠送的也是《大中华文库》。

特别是2014年9月，习近平主席向斯里兰卡政府赠送《大中华文库》汉英对照版图书100种188册。2015年5月，国务院总理李克强出访南美四国，向哥伦比亚总统赠送了《大中华文库》西班牙语系列全套图书，进一步推动了《大中华文库》走向世界的成功实践。

三

回忆25年历程，总结我们的体会，是为了在过去的基础上，把《大中华文库》第三期工程即“一带一路”项目做得更好。

如果说汉英对照版是《大中华文库》的第一个高峰，多语种对照版是《大中华文库》的第二个高峰，那么，这“一带一路”沿线国家语言对照版便是《大中华文库》的第三个高峰。目前已有30余家出版社投入到这个项目中来。

任重而道远，继续向《大中华文库》第三个高峰前进的脚步已经迈出。文化是民族的血脉，是人民的精神家园。文化的软实力集中体现了一个国家基于文化而具有的凝聚力和生命力，以及由此而产生的吸引力和影响力。今天我们继承古代中国丝绸之路精神，将其发扬光大，把我国的发展同“一带一路”沿线国家的发展结合起来，文明互鉴，民心相通，赋予古代的丝绸之路以新的时代内涵。在这个大形势下，实施“一带一路”沿线国家语种的翻译出版，是《大中华文库》在新时代的一次历史性选择，是我们为提升中华文化软实力应做的贡献。如今《大中华文库》“一带一路”工程已被确定为2019年国家出版基金资助项目。我们要发扬精心设计、精心施工的优良传统，牢记使命，不辜负前辈的嘱托，不辜负广大读者的期望，一定要“以伟大的爱国热忱，宽广的世界眼光和严谨的科学态度”，锲而不舍地把这项光辉的事业进行到底。

2019年10月1日 北京

Phiên bản đối chiếu ngôn ngữ các quốc gia dọc theo tuyến đường "Một vành đai, một con đường"

Lời tựa

Dương Mục Chi

Thời gian thấm thoát thoi đưa. Các bạn độc giả thân mến, khi các bạn mở bộ sách này ra thì đây đã là bộ sách thứ 3 trong *Tủ sách Văn hóa Trung Hoa*.

I

Từ năm 1994 Tổng cục Báo chí và Xuất bản bắt đầu xuất bản *Tủ sách Văn hóa Trung Hoa* đến tháng 10 năm 2019 đã được 25 năm. Trong 25 năm nay *Tủ sách Văn hóa Trung Hoa* đã trải qua 3 giai đoạn xuất bản:

Từ năm 1994 đến năm 2016, chúng tôi đã mất hơn 20 năm để hoàn thành bản đối chiếu Hán – Anh, dịch và xuất bản tổng cộng 110 loại sách. Đây là lần đầu tiên Trung Quốc giới thiệu một cách toàn diện và hệ thống về tác phẩm kinh điển của văn hóa Trung Quốc ra toàn thế giới. Bộ sách này là một công trình xuất bản trọng đại nhà nước nhằm phát huy văn hóa truyền thống ưu tú của dân tộc Trung Hoa. Đây là giai đoạn đầu tiên.

Giai đoạn thứ hai bắt đầu từ năm 2009. Để tiếp cận, mở rộng

phạm vi ảnh hưởng quốc tế, chúng tôi đã khởi động "Dự án đa ngôn ngữ", tiếp tục dịch những tác phẩm kinh điển của Trung Quốc sang 4 ngôn ngữ chính thức được Liên Hợp Quốc sử dụng. Đó là: Tiếng Pháp, tiếng Nga, tiếng Tây Ban Nha và tiếng Ả Rập; thêm 3 thứ tiếng quan trọng nữa, đó là: Tiếng Đức, tiếng Nhật, tiếng Hàn. Như vậy, tổng cộng được dịch ra 7 thứ ngôn ngữ. Từ 110 loại tác phẩm kinh điển phiên bản đối chiếu Hán – Anh, chúng tôi lựa chọn ra 25 loại thường được sử dụng và cần thiết, xuất bản đối chiếu song ngữ bằng 7 thứ tiếng trên với tiếng Trung, tổng cộng 175 loại sách, đến nay đã được hoàn thành.

Bộ sách hiện nay là giai đoạn thứ 3. Ở giai đoạn này chủ yếu phối hợp với sáng kiến "Một vành đai, một con đường" của chính phủ Trung Quốc, triển khai công việc dịch thuật và xuất bản đối chiếu với ngôn ngữ các quốc gia dọc theo tuyến đường "Một vành đai, một con đường". Bộ sách đầu tiên đề cập đến 84 loại tác phẩm kinh điển và được dịch ra 29 thứ tiếng, đó là: Tiếng Việt, tiếng Campuchia, tiếng Lào, tiếng Mã Lai, tiếng Myanmar, tiếng Thái, tiếng Indonesia, tiếng Bengal, tiếng Urdu, tiếng Hindi, tiếng Kazakhstan, tiếng Kirghiz, tiếng Ba Tư, tiếng Thổ Nhĩ Kỳ, tiếng Hebrew, tiếng Swahili, tiếng Séc, tiếng Hungary, tiếng Bulgaria, tiếng Rumani, tiếng Macedonia, tiếng Serbia, tiếng Bồ Đào Nha, tiếng Ukraina, tiếng Ả Rập, tiếng Pháp, tiếng Nga, tiếng Tây Ban Nha, tiếng Đức, v.v.

Hàng ngàn năm nay, dân tộc Trung Hoa đã mở ra Con đường tơ lụa cả trên đất liền và trên biển nổi tiếng thế giới. Đó là con đường hòa bình, giao lưu với thế giới, kết bạn khắp năm châu. Dọc theo Con đường tơ lụa lâu đời này, dân tộc Trung Hoa bước ra thế giới, đồng thời tạo ra một nền văn minh rực rỡ, sán lạn và liên tục. Ngày nay, chúng tôi tiếp tục kế thừa di sản vinh quang này và bắt đầu một hành trình mới của "Một vành đai, một con đường". Dọc theo tuyến đường "Một vành đai, một con đường", có nhiều quốc gia, ngôn ngữ phong phú và văn hóa đa dạng, chúng tôi sẽ truyền bá *Tủ sách Văn hóa Trung Hoa* và học tập những văn hóa sán lạn từ họ.

II

Khi bắt đầu *Tủ sách Văn hóa Trung Hoa*, chúng tôi đã thiết kế ba hình ảnh mang tính biểu tượng nổi bật trên trang bìa. Ba hình ảnh này cũng là nguyện vọng của chúng tôi khi biên tập và thực hiện Dự án.

Một là "Môn hoàn" (tức vòng cửa) trên cánh cửa lớn kiến trúc truyền thống Trung Quốc, đây cũng là biểu tượng của cuốn sách này. Hình ảnh Môn Hoàn được mượn từ "Môn hoàn" trên cửa lớn Cố Cung. Nó tượng trưng cho việc mở ra kho tàng văn hóa dân tộc Trung Hoa.

Hai là hình ảnh thác nước Hồ Khẩu Hoàng Hà cuồn cuộn. Sông Hoàng Hà là cái nôi của dân tộc Trung Hoa, có lịch sử lâu đời, hùng dũng tiến lên phía trước, mang đặc sắc Trung Quốc nhất.

Ba là hình ảnh lỗ châu mai trên Trường Thành được in ở bên dưới gáy sách. Khi cả bộ được xếp chồng lên nhau, những hình ảnh lỗ châu mai trên gáy sách sẽ tiếp nối nhau, tạo thành một Vạn Lý Trường Thành liên tục, tượng trưng cho văn hóa Trung Quốc có lịch sử lâu dài và cao sừng sững như Vạn Lý Trường Thành.

Để xứng đáng với ba tiêu chí này, chúng tôi đã xây dựng nguyên tắc "ba tinh hoa" trong *Tủ sách Văn hóa Trung Hoa*, nhằm đạt đến tiêu chuẩn xuất bản quốc gia. Chúng tôi đảm bảo chất lượng từ ba khía cạnh này: Một là tinh chọn mục sách, hai là tinh chọn dịch thuật, ba là in ấn.

Lấy tiêu chí "Tinh chọn mục sách" làm gốc. Những tác phẩm kinh điển cổ đại Trung Quốc có khoảng hơn 20 vạn loại, việc lựa chọn những tác phẩm mang tính đại diện cho tinh hoa của văn hóa truyền thống Trung Hoa chính là căn bản để làm tốt bộ *Tủ sách* này.

Ban công tác, ban biên tập đã tổ chức 3 buổi tọa đàm, hai lần gửi phiếu điều tra, lấy ý kiến từ trường Đại học Bắc Kinh, trường Đại học Thanh Hoa và các trường Đại học nổi tiếng khác trong nước, các chuyên gia của Viện Khoa học Trung Quốc, Viện Khoa học Xã Hội, Viện Khoa học Quân sự Trung Quốc, Thư viện Quốc gia Trung Quốc, cuối cùng đã xác định được 110 loại tác phẩm kinh điển. 110 loại tác phẩm kinh điển này, Thượng bắt đầu từ tiên Tần, Hạ đến thời cận đại, nội dung bao gồm tất cả các mặt như triết học, tôn giáo, chính trị, kinh tế, quân sự, lịch sử, văn học và khoa học kỹ thuật v.v. Có những cuốn sách kinh điển như Lão Tử, Luận Ngữ và Binh Pháp Tôn Tử đã được biết đến rộng rãi ở nước ngoài, nhiều hơn nữa là những cuốn sách kinh điển chưa có bản dịch hoặc bản dịch chưa hoàn chỉnh, và ít được biết đến ở nước ngoài. Chúng tôi lo lắng một số cuốn sách xuất sắc bị bỏ lỡ, sau khi xác nhận tất cả các quyển sách trong "Tủ sách", chúng tôi đã lấy ý kiến một lần nữa của các chuyên gia đại diện cho các ngành khác nhau. Các chuyên gia đều nhất trí, các sách trong "Tủ sách" đã bao gồm đầy đủ các mặt, những tác phẩm kinh điển hàng đầu của Trung Quốc đều có ở trong đó.

110 loại tác phẩm kinh điển này cũng là cơ sở lựa chọn cho công trình "Đa ngôn ngữ" kỳ 2 và công trình "Một vành đai, một con đường" kỳ 3.

"Tinh chọn dịch thuật", đặt chất lượng lên vị trí hàng đầu. Năm 2001 thủ tướng Chu Dung Cơ, phó thủ tướng Lý Lan Thanh thị sát tổng cục Báo chí và Xuất bản, khi nghe chúng tôi báo cáo về bộ sách này, thủ tướng Chu Dung Cơ nói: "Đây là bộ sách tốt, sẽ có nhiều độc giả và có thị trường tiềm năng". Phó thủ tướng Lý Lan Thanh nói: "Quan trọng là phải làm tốt công tác dịch thuật, đảm bảo chất lượng dịch thuật". Những ý kiến của hai vị lãnh đạo rất đúng trọng tâm. Chúng tôi lấy ý kiến đó làm tư tưởng chỉ đạo cho công tác dịch thuật.

Tủ sách coi việc đảm bảo chất lượng dịch thuật là nhiệm vụ hàng đầu, tổ chức các chuyên gia Trung Quốc và nước ngoài để tiến hành đánh giá dịch thuật. Phiên bản gốc tiếng Trung cũng đã được lựa chọn và hiệu đính cẩn thận. Ban đầu có một vài nhà xuất bản đã thực hiện những cuốn sách tương tự tham gia, dần dần có khoảng 30 nhà xuất bản khác cùng tham gia. Tổ chức công việc là chìa khóa then chốt để thực hiện dự án lớn. Chúng tôi hiện có hai ủy ban: Ban công tác và Ban biên tập. Ban công tác chịu trách nhiệm lựa chọn nhà xuất bản, ký hợp đồng xuất bản, lập kế hoạch xuất bản và công tác điều phối khác, từ đó đảm bảo tiến độ ổn định của công việc *Tủ sách*, Ban biên tập phụ trách lựa chọn phiên bản, xác định người dịch và xem xét nội dung. Về chất lượng dịch thuật, nhà xuất bản cần tiến hành đánh giá thẩm định lần thứ nhất, lần thứ hai và lần thứ ba, Ban biên tập sẽ đánh giá lần thứ tư và lần thứ năm. Việc thẩm định lần thứ tư chủ yếu mời các chuyên gia ngoại ngữ từ Cục Ngoại văn và các chuyên gia ngôn ngữ tiếng Hán từ giới học thuật luận chứng dự thảo. Việc thẩm định lần thứ năm được thực hiện bởi tổng biên tập và phó tổng biên tập của Ban biên tập, nếu không đạt tiêu chuẩn thì sẽ phải biên tập lại. Ngoài ra, *Tủ sách* đã mời các chuyên gia viết "Lời mở đầu" và biên soạn tiêu đề hướng dẫn tra cứu để đáp ứng nhu cầu đọc của các bạn đọc trong và ngoài nước.

"In ấn tỉ mỉ", phản ánh phong cách và trình độ xuất bản của Trung Quốc. Bởi vì trước sau có hơn 30 nhà xuất bản cùng tham dự dự án này, số lượng in ấn sách rất lớn và không thể hoàn thành việc in ấn trong một lần. Để đảm bảo tính thống nhất về chất lượng và diện mạo của toàn bộ cuốn sách, cũng như sự thống nhất về màu sắc và chất lượng của nhiều lô giấy in, một nhóm in đã được thành lập theo Ban làm việc, để chủ yếu phụ trách sự thống nhất về quy cách trang in, giấy in, in ấn và thiết kế mỹ thuật. *Tủ sách* là một dự án lớn, bởi nó khẳng định chất lượng trước tiên, tuân thủ "bốn thống nhất", nên đảm bảo chất lượng tổng thể của dự án.

Tháng 8 năm 1999, lô đầu tiên của 15 phiên bản đối chiếu Hán – Anh *Tủ sách Văn hóa Trung Hoa* đã chính thức xuất bản.

Trong hiệp thắng lợi đầu tiên, một loạt sách mang hình ảnh Môn hoàn Cố Cung, hình ảnh thác Hồ Khẩu Hoàng Hà, những lỗ châu mai trên Trường Thành dài liên miên bày ra trước mắt chúng tôi đã cổ vũ toàn thể các đồng chí tham gia công trình này. Sau khi lô sách đầu tiên của *Tủ Sách* được xuất bản thì đã giành được giải thưởng sách quốc gia cao nhất "Giải thưởng danh dự quốc gia", giải nhất về sắp xếp sách cổ quốc gia. Tháng 12 năm 2011, với sự chấp thuận của chính phủ Trung Quốc, công trình *Tủ sách Văn hóa Trung Hoa* được Tổng cục Báo chí và Xuất bản biểu dương.

Với nội hàm văn hóa sâu sắc và chất lượng xuất bản xuất sắc, *Tủ sách Văn hóa Trung Hoa* đã trở thành danh thiếp quốc gia. Vào tháng 4 năm 2006, Chủ tịch Hồ Cẩm Đào đã đến thăm Mỹ và tặng *Tủ sách Văn hóa Trung Hoa* như một món quà quốc gia cho Đại học Yale. Vào tháng 1 năm 2009, Thủ tướng Ôn Gia Bảo đã đến thăm Tây Ban Nha và trao tặng bộ *Tủ sách Văn hóa Trung Hoa* cho viện Cervantes ở Madrid. Tháng 10 năm 2011, đồng chí Lý Khắc Cường đã đến thăm Triều Tiên và trao tặng bộ *Tủ sách Văn hóa Trung Hoa* cho Đại học Kim Nhật Thành. Trong Hội chợ sách London vào tháng 4 năm 2012, đồng chí Lý Trường Xuân đã trao tặng bộ *Tủ sách Văn hóa Trung Hoa* cho Học viện Khổng Tử tại Đại học London South Bank. Khi đến thăm Indonesia, Úc, Hàn Quốc, Singapore và các quốc gia khác, Ông cũng đã chọn *Tủ sách Văn hóa Trung Hoa* làm quà tặng. Khi thăm Mỹ đồng chí Lưu Diên Đông cũng tặng bộ *Tủ sách Văn hóa Trung Hoa* và tại buổi khai mạc Hội chợ sách London vào tháng 4 năm 2012, Ông cũng tặng bộ sách này cho Thư viện Anh.

Đặc biệt vào tháng 9 năm 2014, Chủ tịch Tập Cận Bình đã trao tặng 188 tập 100 loại sách đối chiếu Hán - Anh của *Tủ sách Văn hóa Trung Hoa* cho chính phủ Sri Lanka. Tháng 5 năm 2015, Thủ tướng Lý Khắc Cường thăm bốn nước Nam Mỹ đã tặng *Tủ sách Văn hóa Trung Hoa* bản tiếng Tây Ban Nha cho Tổng thống Colombia, tiếp tục thúc đẩy thành công đưa *Tủ sách Văn hóa Trung Hoa* ra thế giới.

III

Nhớ lại chặng đường 25 năm và tổng kết kinh nghiệm của chúng tôi, dựa trên cơ sở sẵn có để thực hiện tốt hơn nữa công trình kỳ 3 của *Tủ sách Văn hóa Trung Hoa* tức dự án "Một vành đai, một con đường".

Nếu phiên bản đối chiếu Hán – Anh là đỉnh cao đầu tiên của *Tủ sách Văn hóa Trung Hoa*, thì phiên bản đối chiếu đa ngôn ngữ là đỉnh cao thứ hai của *Tủ sách Văn hóa Trung Hoa*, còn phiên bản ngôn ngữ của các quốc gia dọc theo tuyến đường "Một vành đai, một con đường" là đỉnh cao thứ ba của *Tủ sách Văn hóa Trung Hoa*. Hiện tại, đã có hơn 30 nhà xuất bản tham gia vào dự án này.

Chúng tôi còn trọng trách và con đường dài phía trước, tiếp tục bước tới đỉnh cao thứ ba của *Tủ sách Văn hóa Trung Hoa*. Văn hóa là mạch máu của dân tộc, là cõi tâm linh của người dân. Sức mạnh mềm văn hóa tập trung thể hiện sự hội tụ và sức sống của một quốc gia trên cơ sở văn hóa sẵn có, cũng như sức hấp dẫn và sức ảnh hưởng của nó mang lại. Ngày nay, chúng tôi kế thừa tinh thần "Con đường tơ lụa" cổ đại Trung Quốc, tiếp tục phát huy tinh thần đó, kết hợp sự phát triển của Trung Quốc với sự phát triển của các nước dọc theo tuyến đường "Một vành đai, một con đường", các nền văn minh học hỏi lẫn nhau, lòng dân thông hiểu, trao thêm ý nghĩa thời đại cho Con đường tơ lụa cổ đại. Trong xu thế này, thực hiện việc phiên dịch và xuất bản ngôn ngữ của các nước dọc theo tuyến đường "Một vành đai, một con đường", là sự lựa chọn mang tính lịch sử của *Tủ sách Văn hóa Trung Hoa*, cũng là những cống hiến mà chúng tôi nên làm để nâng cao sức mạnh mềm văn hóa Trung Hoa. Nay dự án "Một vành đai, một con đường" của *Tủ sách Văn hóa Trung Hoa* đã nhận được tài trợ từ Dự án quỹ xuất bản quốc gia năm 2019. Chúng tôi nên phát huy truyền thống tốt đẹp là "dày công thiết kế, chuyên tâm thực hiện", luôn nhớ vững sứ mệnh lịch sử, không phụ sự giao phó của các bậc tiền bối, không phụ lòng mong mỏi của đông đảo các bạn đọc, lấy tinh thần "yêu nước vĩ đại, tầm nhìn thế giới rộng lớn và thái độ khoa học nghiêm túc" làm chỉ đạo, kế thừa kiên nhẫn về sự nghiệp vinh quang này.

Bắc Kinh, ngày 1 tháng 10 năm 2019

前　言

人类社会自产生以来，逐渐创造了文字，用来记录这些文字的载体图书也就应运而生。它记载了从古至今人类历史的发展和演变。寓言正是这些珍贵的文献资源中所保存的关于本民族精神和生活记忆的重要部分。寓言是开启人类心灵的一把“钥匙”，是人们获取各种人生智慧的宝库，寓言在促进心智发展和人类成长的过程中，起着巨大的作用。中国古代寓言与古印度寓言、古希腊寓言并称世界寓言三大发源之一，其中中国寓言又别具特色，流传广泛。

一

“寓言”一词最早出现在中国古代著名典籍《庄子》一书中：“寓言十九，藉外论之。”庄子所说的“寓言”，即寄托之言，仅指文章语言的一种表达方式。中国晚清著名翻译家林纾把寄在古希腊伊索名下的各种童话、神话故事，翻译整理成《伊索寓言》于1902年出版，就此人们将那些短小精悍，却又饱含深刻寄托之言的文学作品称为寓言。

中国大百科全书对寓言有这样的界定：“含有讽喻或明显教训意义的故事。它的结构大多简短，具有故事情节。主人公可以是人，可以是动物，也可以是无生物。多用借喻手法，通过故事借此喻彼，借小喻大，使富有教训意义的主题或深刻的道理在简单的故事中体现出来。寓言的主旨在于通过虚构的故事，表现作家或人民关于某种生活现象、心理和行为的批评或教训。”由此可见寓言的特点在“寓”，即寄寓性，同时寓言还需要呈现出劝喻性、简洁性、故事性、虚构性等特点。

二

关于寓言的起源，这是人类的一个基本秘密，至今还未能得到确切地证明。在前文字时期，必然会有富有哲理和趣味的寄寓性故事在本民族口头代代流传、成为共同的民族记忆。直到文字产生之后，这些民族记忆才被部分地保留了下来。《周易》简单的爻辞可以看成是早期寄寓性文字的开始，而《左传》中的“牵牛以蹊人之田而夺之牛”“见雄鸡自断其尾”“结草衔环”等有一定情节的劝喻性文字，虽不能算作寓言，但也是寓言形成过程中不可缺少的一环。本书入选的“唇亡齿寒”就是这一时期的作品。

先秦诸子百家游说诸侯，推行自己的思想体系和政治主张时，常常在散文中穿插通俗易懂、生动传神的寓言故事来说理论证，但没有形成独立成篇的寓言作品。《列子》《庄子》《韩非子》《吕氏春秋》《孟子》《战国策》等，在思想理论的论述中穿插寓言故事，形成了寓言创作的第一个高峰。本书入选的“歧路亡羊”“杞人忧天”“智子疑邻”“小鸟笑大鹏”“买椟还珠”“掩耳盗钟”“三人成虎”“鹬蚌相争”“狐假虎威”“南辕北辙”等都是这一时期的作品。

两汉魏晋南北朝寓言沿袭了先秦寓言的劝诫性主题，夹杂在散文、笔记和其它典籍中，以《淮南子》《说苑》《新序》《世说新语》等为代表。这一时期还出现了我国最早的寓言笑话集《笑林》。本书入选的“哭妈妈”“楚人卖母”“龙王变鱼”“猫头鹰搬家”“杯弓蛇影”“死错人”等都是这一时期的作品。

直到唐宋，中国寓言创作迎来第二个高峰，同时也是寓言文体逐渐独立并走向成熟的时期。中晚唐业已形成文人积极进行寓言创作的传统。柳宗元的《三戒》是中国寓言史上第一个自标篇名、独立成篇的寓言作品，而宋代众多文人更是有意为之，并且出现了我国首部寓言专著《艾子杂说》。本书入选的“黔驴技穷”“永某氏之鼠”“瞎子问太阳”“狂泉”“威无所施”等都是这一时期的作品。

明清时期是我国寓言创作的第三个高峰，《艾子后语》《艾子外语》等拟作的出现，在寓言史上深远影响，这一时期寓言还与笑话结合，形成幽默风趣，又具有讽刺效果的诙谐寓言，出现了《应谐录》《谭概》《笑府》《笑林广记》《精选雅笑》《雅谑》等诙谐寓言合集。本书入选的“猩猩醉酒”“猫怕老鼠”“万字难写”“姜结于树”“东郭先生和狼”“懒妇吃饼”等都是这一时期的作品。

三

异域文化总有那么一股强烈的吸引力，吸引人们穷极心力想要探究它的秘密。如果要探寻民族文化的灵魂，那一定是从那些有趣的故事开始，因为没有故事的文化是不存在的。人们在踏入另一种文化的引力圈时，总是先被那些看上去离奇、诡异、充满奇思妙想、但细品之下或莞尔一笑，或回味无穷的故事所吸引。品味中国人民族记忆中这些短小精悍的寓言故事，将踏上一条了解中国文化精髓的愉悦之路。

本书开篇的《愚公移山》是中国最著名的一则寓言：

一个被大山阻隔出路的老翁“愚公”想要带领家族子弟挖走高可万仞的两座大山，却遭到邻居聪明人“智叟”的嘲笑，认为这是不可能的事情。但愚公仍不改初心，利用简单工具不停地挖山，最后终于感动天神，移走了两座大山。《两个和尚朝南海》讲的是一个富和尚和一个穷和尚都想要去南海游历一番，但富的有钱却没有行动，穷的不畏艰难终于成行的故事。从这两则寓言中我们可以感受到中国人的勇气和坚持。理想或如远山一样可望而不可即，但路在脚下，一步步终将达成目标。

《曾子杀猪》讲的是曾子的妻子因小儿的哭闹而随口允诺从集市回来给小儿杀猪吃肉。等妻子从集市回来，曾子真的在给小儿杀猪。这则寓言体现了中国人一诺千金的诚信传统。《邹忌比美》中的邹忌和城北的徐公比美，妻妾和客人为了取悦邹忌，都以邹忌为美，但邹忌不为人言所惑，自知自己不如徐公美。从这则寓言中我们可以体会到中国人的低调和自知之明。

中国的寓言，大多数以人物故事，特别是历史故事为载体，拟人化的动物故事虽不多，但也十分诙谐有趣。本书入选的动物寓言形象有两面三刀的蝙蝠、自作聪明的猩猩、不愿人言亦言的八哥，愚蠢的老虎、外强中干的驴子、朝三暮四的猴子、有情有义的鹦鹉等。在这些小动物身上寄寓了创作者讽喻世事、劝诫社会的良苦用心。

中国的许多典故成语都来源于寓言故事，如：“专心致志”“东施效颦”“井底之蛙”“守株待兔”“滥竽充数”“刻舟求剑”“画蛇添足”“叶公好龙”“杯弓蛇影”“黔驴技穷”等，就来源于本书所入选的寓言故事。这些寓言故事作为中国人的民族记忆留存在大脑深处，在日常口头交际和书面语言中适时使用。不了解这些成语背后的故事，就不了解语言背后的真正含义，无法真正和中国人沟通。

中国人对自然丰厚的恩惠生出的感触和对艰难人世所带来的敬畏，都围绕着寓言这个文化的宝库，这里是中国文化的灵魂，也是中国人的精神家园，民族精神和民族传统的结合，使整个中国寓言充满了独特的魅力。

四

“你站在桥上看风景，看风景的人在楼上看你。”几千年来，中国人与越南人在相互凝视、融合与交流中，装饰了彼此的梦。不论是中学越渐，还是越风中渐，文明的借鉴与交融永远是既古老而又新鲜的。公元前214年，秦始皇设立象郡，迁徙大量移民与越人杂居，古老的东方文明开始进入东南亚这片神奇的土地。汉朝，越南官员在当地建立学校，学习中华礼仪；唐时实行中国的文教制度及人才选拔政策。

唐初诗人王勃的父亲王福畤被贬越地为官之时正是其人生失意之时，然而彼时的“大开文教”，却获得了“王民德之”的美好结果。越南人民为之立祠堂，予以祭祀。即使千年之后，当地百姓仍礼之曰“王夫子祠”。这何其不是人生的另一种幸运。周公、孔子、孟子、七十二贤人跨越千山万水，千百年来仍塑立在越南李朝的文庙前享受着四时祭祀。刊印儒书，引进中国文化典籍，派人来华学习中国语言文化，古老的东方文明让人向往。近代以来，成千上万的中国人更是因各种原因侨居越南，可以说中国人民和越南人民有着千丝万缕，割舍不断的情结。汉语的口语和书面语在越南深入人心，越南语言中保存着大量借自汉语的词汇，中国典籍中那些短小精悍而又富有深刻哲理的寓言故事在越南也是耳熟能详。

随着数字化时代的到来，对大多数越南人来说中国已不再是美丽的幻影或虚无缥缈的远方的象征，而是真实可感的。人们以更为便捷的方式灵活多样地获取关于中国的种种信息。作为人类精神和文化传承载体的寓言，在信息时代理应具有更大的传播性，因为寓言所赋予的深刻人生智慧和丰富的情感体验是可以实现共情而跨越国界的。

五

这本《中国古代寓言选》的篇目大致按照时间顺序，主要从《左传》《列子》《韩非子》《庄子》《战国策》《吕氏春秋》《孟子》《说苑》《淮南子》《柳河东集》《艾子杂说》《笑林》《笑林广记》《雪涛小说》等六十多部古籍中遴选而来，共收入170篇寓言。本书的越译者为著名翻译家黎辉潇先生。这是一个久经琢磨的选本。本书选取的170篇作品，大都是从中国传统寓言宝库中挑选出来的上等之作，它们流传广，影响大，富含智慧，充满趣味，我们希望它成为了解中国传统文化、了解中国传统寓言这座宝库的一扇窗口，能够为中越文化交往添砖加瓦。情不知所起，一往而深，是我们的初衷，衷心祝愿中越两国在文化交往之路上开出更为绚烂的鲜花，结出更为丰硕的果实。

邓海霞

2021年4月

LỜI NÓI ĐẦU

Kể từ khi xã hội loài người xuất hiện, từng bước sáng tạo nên văn tự, các thư tịch truyền tải để ghi chép văn tự cũng theo đó thành hình. Những thư tịch đó đã ghi chép lại quá trình phát triển và diễn biến của lịch sử nhân loại từ xa xưa cho đến ngày nay. Truyện ngụ ngôn chính là một bộ phận cấu thành quan trọng của tinh thần dân tộc và ký ức sinh hoạt được bảo tồn trong kho tàng văn hiến quý báu ấy. Ngụ ngôn chính là chiếc "chìa khoá" để mở ra tâm hồn nhân loại, là kho báu đem đến cho chúng ta nguồn trí tuệ nhân sinh phong phú, có vai trò lớn lao trong việc thúc đẩy sự phát triển tâm trí và quá trình trưởng thành của loài người. Ngụ ngôn Trung Quốc cổ đại, cùng với ngụ ngôn Ấn Độ, ngụ ngôn Hy Lạp cổ đại, được coi là ba khởi nguồn quan trọng của ngụ ngôn thế giới, trong đó, ngụ ngôn Trung Quốc mang nét đặc sắc riêng biệt, được lưu truyền rộng rãi.

1

Từ "ngụ ngôn" xuất hiện sớm nhất trong sách *Trang Tử*, trước tác cổ điển nổi tiếng của Trung Quốc: "Ngụ ngôn mười đáng tin đến chín, là mượn sự việc bên ngoài để bàn luận." "Ngụ ngôn" theo như lời Trang Tử, là lời gửi gắm ký ngụ, mới được dùng để chỉ một phương thức biểu đạt của ngôn ngữ văn chương mà thôi. Lâm Thư, dịch giả nổi tiếng của Trung Quốc thời Vãn Thanh, đã phiên dịch nhiều truyện thần thoại, truyện cổ tích Hy Lạp cổ đại được sáng tác dưới tên Aesop và biên soạn thành tác phẩm *Ngụ ngôn Aesop*, xuất bản năm 1902, từ đó, người ta đã gọi những tác phẩm văn học ngắn gọn hàm súc, được gửi gắm nhiều ngụ ý sâu sắc bằng cái tên truyện ngụ ngôn.

Đại bách khoa toàn thư Trung Quốc đưa ra định nghĩa về ngụ ngôn như sau: "Những câu chuyện có tính phúng dụ hoặc mang ý nghĩa giáo dục rõ rệt. Hình thức thường ngắn gọn, có tình tiết cốt truyện. Nhân vật chính có thể là con người, có thể là động vật, cũng có thể là sự vật vô tri. Thường dùng thủ pháp hoán dụ, thông qua truyện kể để mượn việc này nói việc kia, mượn chuyện nhỏ nói chuyện lớn, từ đó toát lên chủ đề giàu ý nghĩa giáo dục hoặc nghĩa lý sâu sắc từ những câu chuyện đơn giản. Mục đích của ngụ ngôn là thông qua những câu chuyện hư cấu để bày tỏ quan điểm phê phán hay khuyên răn của tác giả hoặc nhân dân đối với một hiện tượng đời sống, hay một tâm thái, một hành vi nào đó." Qua đây có thể thấy rằng, đặc trưng của ngụ ngôn chính là "ngụ", tức tính "ngụ ý", đồng thời, ngụ ngôn cũng cần có thêm những đặc điểm khác như tính khuyên răn, tính hàm súc, tính kể chuyện, tính hư cấu.

2

Về nguồn gốc của ngụ ngôn, đây là một bí mật căn bản của loài người, cho đến ngày nay vẫn chưa có được sự chứng minh chuẩn xác. Từ trước khi văn tự ra đời, chắc chắn đã có những câu chuyện mang tính ký ngụ, giàu tính triết lý và đầy ý vị được lưu truyền dưới hình thức truyền khẩu từ thế hệ này qua thế hệ khác trong dân gian, trở thành ký ức chung của dân tộc. Sau khi văn tự xuất hiện, những ký ức dân tộc đó mới được bảo tồn lại một phần. Những lời hào giản đơn trong *Chu Dịch* có thể coi là sự khởi đầu cho ngôn từ mang tính ngụ ý trong giai đoạn sớm, và những câu nói đậm chất khuyên răn, có tính cốt truyện nhất định trong *Tả truyện*, như "dắt trâu giẫm ruộng người mà bị cướp mất trâu", "thấy gà trống tự cắt đuôi mình", "kết cỏ ngậm vành"..., tuy chưa thể coi là ngụ ngôn, nhưng cũng là một mắt xích không thể thiếu trong quá trình hình thành ngụ ngôn. Câu chuyện *Môi hở răng lạnh* trong cuốn sách này chính là một tác phẩm trong thời kỳ đó.

Thời Tiên Tần, khi bách gia chư tử du thuyết chư hầu, triển khai hệ thống tư tưởng và chủ trương chính trị của mình, họ thường đưa vào trong ngôn luận những câu chuyện ngụ ngôn giản dị dễ hiểu, sinh động truyền thần để diễn giải, luận chứng, nhưng vẫn chưa xuất hiện tác phẩm ngụ ngôn độc lập. Trong các trước tác *Liệt Tử, Trang Tử, Hàn Phi Tử, Lã thị xuân thu, Mạnh Tử, Chiến Quốc sách*, những câu chuyện ngụ ngôn được đan xen trong các diễn ngôn về tư tưởng lý luận, hình thành nên đỉnh cao thứ nhất trong sáng tác ngụ ngôn. Những câu chuyện *Mất dê, Lo trời sập, Con khôn hàng xóm gian, Chim chích cười đại bàng, Mua hộp trả châu, Bịt tai trộm chuông, Ba người thành hổ, Cò trai tranh nhau, Cáo mượn oai hổ, Ông khách hồ đồ* trong cuốn sách này, đều là những tác phẩm được sáng tác trong thời kỳ đó.

Ngụ ngôn thời Lưỡng Hán, Nguỵ Tấn, Nam Bắc triều vẫn tiếp nối chủ đề khuyên răn của ngụ ngôn Tiên Tần, xuất hiện rải rác trong tản văn, bút ký và nhiều loại hình sáng tác khác, tiêu biểu có *Hoài Nam Tử, Thuyết uyển, Tân tự, Thế thuyết tân ngữ*. Giai đoạn này còn xuất hiện tập truyện ngụ ngôn hài hước đầu tiên của Trung Quốc, *Tiếu lâm*. Những câu chuyện *Khóc mẹ, Người Sở bán mẹ, Vua rồng hoá cá, Cú vọ dọn nhà, Bóng cung thành bóng rắn, Chết nhầm người* trong cuốn sách này, đều là tác phẩm trong thời kỳ đó.

Đến thời Đường, Tống, sáng tác ngụ ngôn đã phát triển đến đỉnh cao thứ hai, đồng thời, đây cũng là giai đoạn ngụ ngôn từng bước trở thành một thể văn độc lập và phát triển chín muồi. Giai đoạn Trung Đường, Vãn Đường đã hình thành nên truyền thống sáng tác ngụ ngôn sôi nổi ở văn nhân. *Tam giới* của Liễu Tông Nguyên chính là tác phẩm ngụ ngôn đầu tiên trong lịch sử ngụ ngôn Trung Quốc với các câu chuyện độc lập, được đặt tiêu đề rõ ràng; sang thời Tống lại càng có thêm nhiều văn nhân đi theo xu hướng đó, chuyên tập ngụ ngôn đầu tiên của Trung Quốc, *Ngải Tử tạp thuyết*, đã ra đời trong thời kỳ này. Những câu chuyện *Lừa đất Kiềm, Con chuột Vĩnh Châu, Người mù hỏi mặt trời, Suối điên, Oai hổ mất oai* trong cuốn sách này, đều là sáng tác trong thời kỳ đó.

Thời kỳ Minh Thanh là đỉnh cao thứ ba của sáng tác ngụ ngôn Trung Quốc, xuất hiện các tập sách phỏng tác như *Ngải Tử hậu ngữ, Ngải Tử ngoại ngữ*, có ảnh hưởng sâu rộng trong lịch sử ngụ ngôn, truyện ngụ ngôn giai đoạn này còn kết hợp với truyện tiếu lâm, hình thành nên loại hình ngụ ngôn trào phúng rất hài hước hóm hỉnh, giàu tính châm biếm, xuất hiện nhiều tập truyện ngụ ngôn trào phúng như *Ứng hài lục, Đàm khái, Tiếu phủ, Tiếu lâm quảng ký, Tinh tuyển nhã tiếu, Nhã hước*. Những câu chuyện *Đười ươi say rượu, Mèo sợ chuột, Chữ Vạn khó viết, Gừng mọc trên cây, Ông Đông Quách và con sói, Người đàn bà lười ăn bánh* trong cuốn sách này, đều là tác phẩm thuộc thời kỳ đó.

3

Văn hoá của dân tộc khác luôn toả ra một sức quyến rũ lạ thường, thu hút người ta say mê khám phá những điều bí ẩn bên trong. Nếu muốn tìm hiểu về linh hồn văn hoá dân tộc, nhất thiết phải bắt đầu từ những câu chuyện hấp dẫn, bởi vì không thể tồn tại một thứ văn hoá bên ngoài câu chuyện. Khi bước chân vào trường hấp dẫn của một nền văn hoá khác, người ta sẽ bị lôi cuốn trước hết bởi những câu chuyện thoạt nghe ly kỳ, huyền bí, đầy những bất ngờ thú vị, đến khi nghiền ngẫm kỹ rồi lại mỉm cười thích thú, hoặc lưu lại dư vị sâu xa. Thưởng thức những câu chuyện ngụ ngôn ngắn gọn hàm súc, thấm đẫm ký ức dân tộc của người Trung Quốc, chính là một con đường lý thú để tìm hiểu về tinh hoa văn hoá Trung Hoa.

Cuốn sách này mở đầu bằng câu chuyện ngụ ngôn nổi tiếng nhất của Trung Hoa, *Ngu Công dời núi*: Một cụ già tên gọi Ngu Công bị núi lớn chắn mất đường ra vào, nên đã huy động toàn bộ con cháu trong nhà đào bỏ hai trái núi cao đến vạn nhẫn, nhưng lại bị một người hàng xóm thông minh tên gọi Trí Tẩu cười nhạo, cho là chuyện không thể. Ngu Công vẫn không chút sờn lòng, tiếp tục kiên trì đào núi bằng những công cụ đơn sơ mình có, cuối cùng đã khiến thiên thần cảm động mà dời hai trái núi đó đi. Câu chuyện *Hai nhà sư đi Nam Hải* kể về một nhà sư giàu và một nhà sư nghèo đều muốn du ngoạn đến Nam Hải, nhà sư giàu có tiền nhưng đắn đo mãi không đi, nhà sư nghèo không sợ gian nan, cuối cùng đã đi được tới nơi. Qua hai câu chuyện ngụ ngôn này, chúng ta có thể cảm nhận được đức tính can đảm và kiên trì của người Trung Quốc. Lý tưởng đôi khi giống như ngọn núi xa vời, chỉ nhìn thấy mà không với tới, nhưng đường đi ngay dưới chân ta, cứ tiến lên từng bước, rồi sẽ tới được đích đến.

Truyện *Tăng Tử giết lợn* kể rằng, vợ thầy Tăng Tử vì muốn dỗ con nín khóc nên hứa bừa rằng đi chợ về sẽ làm thịt lợn cho con ăn. Đợi vợ đi chợ về rồi, Tăng Tử liền mổ lợn cho con ăn thật, câu chuyện này đã phản ánh truyền thống thành tín "lời hứa ngàn vàng" của người Trung Quốc. Trong truyện *So xem ai đẹp*, Trâu Kỵ muốn so mình với ông Từ ở thành bắc xem ai đẹp hơn, người vợ, người thiếp và người khách vì muốn lấy lòng Trâu Kỵ nên đều nói Trâu Kỵ đẹp hơn, song Trâu Kỵ vẫn không bị lung lạc bởi lời nói của người, tự nhận thấy mình không đẹp bằng ông Từ được. Câu chuyện ngụ ngôn này cho ta thấy được đức tính khiêm nhường và trí tuệ "biết người biết ta" của người Trung Quốc.

Truyện ngụ ngôn Trung Quốc phần nhiều kể về chuyện người, đặc biệt còn ghi chép lại các sự kiện lịch sử, truyện kể về động vật được nhân cách hoá tuy không nhiều, nhưng đều rất hài hước thú vị. Hình tượng ngụ ngôn của động vật xuất hiện trong cuốn sách này có con dơi xảo trá, đười ươi tinh ranh, chim sáo không thích bắt chước, con hổ ngốc nghếch, con lừa tốt mã vô dụng, bầy khỉ dễ lừa, chú vẹt tình nghĩa. Những hình tượng đó đều được tác giả gửi gắm ẩn ý sâu xa, phúng dụ thời thế, khuyên răn xã hội.

Rất nhiều thành ngữ điển cố của Trung Quốc được bắt nguồn từ truyện ngụ ngôn, như những câu "chuyên tâm trí chí", "Đông Thi nhăn mặt", "ếch ngồi đáy giếng", "ôm cây đợi thỏ", "bổ cho đủ số", "khắc thuyền tìm kiếm", "vẽ rắn thêm chân", "ông Diệp thích rồng", "bóng cung ngỡ rắn", "lừa Kiềm hết võ", đều bắt nguồn từ những câu chuyện ngụ ngôn có mặt trong cuốn sách này. Những câu chuyện đó chính là ký ức dân tộc của người Trung Hoa đã in sâu trong tâm trí, được sử dụng rộng rãi trong ngôn ngữ giao tiếp đời thường và cả ngôn ngữ văn chương, không biết câu chuyện phía sau những thành ngữ này, sẽ không hiểu được hàm nghĩa chân thực đằng sau ngôn ngữ, không thể giao tiếp thực sự với người Trung Quốc.

Những xúc cảm của người xưa trước ơn huệ sâu dày của thiên nhiên cùng niềm kính sợ trước nhân sinh trắc trở luôn đong đầy trong kho tàng văn hoá ngụ ngôn, nơi đây chính là linh hồn của văn hoá Trung Hoa, cũng là mái ấm tinh thần của người Trung Quốc, sự kết hợp giữa tinh thần dân tộc và truyền thống dân tộc đã đem lại vẻ quyến rũ bất tận cho thế giới ngụ ngôn Trung Hoa.

4

"Anh đứng trên cầu nhìn phong cảnh, trên lầu người ngắm cảnh nhìn anh." Suốt mấy nghìn năm qua, người dân hai nước Trung Quốc và Việt Nam đã cùng ngắm nhìn nhau, cùng tô điểm cho giấc mộng của nhau trong giao lưu và dung hội. Dù là ảnh hưởng của Hán học đối với Việt Nam, hay là ảnh hưởng của Việt phong đối với Trung Quốc, sự kế tục và dung hoà giữa các nền văn minh vẫn cứ vừa cổ xưa lại vừa mới mẻ. Vào năm 214 trước Công nguyên, Tần Thuỷ Hoàng đặt quận Tượng, đưa đông đảo di dân đến sống chung cùng người Việt, từ đó nền văn minh phương Đông lâu đời bắt đầu đến với xứ sở thần kỳ Đông Nam Á. Thời Hán lập trường học tại địa phương, học tập nghi lễ Trung Hoa; thời Đường lại thực thi chế độ văn giáo cùng chính sách tuyển lựa nhân tài của Trung Nguyên tại đây.

Vào đầu thời Đường, phụ thân của thi nhân Vương Bột là Vương Phúc Trù bị biếm trích tới đất Việt làm quan, đây chính là giai đoạn sa cơ trong cuộc đời ông, nhưng ông vẫn "rộng mở văn giáo" mà có được thành quả tốt đẹp "sĩ dân tôn đức". Người Việt lập từ đường thờ ông, đến nghìn năm sau, người dân địa phương vẫn gọi đó là "đền Vương phu tử", đây cũng là một niềm may mắn khác trong cuộc đời ông. Chu Công, Khổng Tử, Mạnh Tử cùng bảy mươi hai hiền nhân vượt qua muôn núi nghìn sông, suốt trăm ngàn năm nay vẫn được lập tượng trong Văn Miếu đất Việt để tứ thời chiêm bái. In sách Nho gia, du nhập kinh điển văn hoá Trung Hoa, phái người sang Hoa Hạ học tập văn hoá và ngôn ngữ, nền văn minh lâu đời của phương Đông vẫn luôn khiến người ta ngưỡng mộ. Mặt khác, từ thời cận đại đến nay, có đến ngàn vạn người Trung Hoa định cư ở Việt Nam bởi nhiều nguyên nhân khác nhau, có thể nói rằng giữa nhân dân Trung Hoa và nhân dân Việt Nam có muôn ngàn mối dây kết nối, gắn bó mật thiết không thể tách rời. Trong tiếng Việt vẫn bảo lưu một lượng lớn từ vựng có nguồn gốc từ Hán ngữ, và những câu chuyện ngụ ngôn ngắn gọn hàm súc, giàu tính triết lý sâu sắc trong kho tàng điển tịch Trung Hoa cũng rất đỗi quen thuộc với người Việt Nam.

Cùng với bước tiến của thời đại số hoá, với đại đa số người Việt Nam hiện nay, Trung Quốc đã không còn là một ảo ảnh đẹp đẽ hay một xứ sở xa xôi diệu vợi, mà đã trở nên chân thực gần gũi. Bằng những phương thức nhanh chóng thuận tiện hơn, mọi người có thể tiếp cận với những nguồn thông tin hết sức phong phú và linh hoạt về Trung Quốc. Truyện ngụ ngôn, mang trong mình truyền thống văn hoá và thế giới tinh thần của con người, đương nhiên sẽ càng có sức lan toả mạnh mẽ hơn nữa trong thời đại thông tin, bởi trí tuệ nhân sinh sâu sắc và trải nghiệm cảm xúc phong phú trong đó có thể tạo nên sự đồng điệu vượt qua ranh giới quốc gia.

5

Các mục truyện trong cuốn sách này được sắp xếp theo

trình tự thời gian, chủ yếu tuyển lựa từ hơn sáu mươi trước tác cổ điển như *Tả truyện, Liệt Tử, Hàn Phi Tử, Trang Tử, Chiến Quốc sách, Lã thị xuân thu, Mạnh Tử, Thuyết uyển, Hoài Nam Tử, Liễu Hà Đông tập, Ngải Tử tạp thuyết, Tiếu lâm, Tiếu lâm quảng ký, Tuyết Đào tiểu thuyết*, tổng cộng gồm 170 mục truyện. Bản dịch tiếng Việt do dịch giả nổi tiếng Lê Huy Tiêu đảm nhiệm. Đây đều là những tác phẩm tinh tuyển đã được sàng lọc qua thời gian. 170 câu chuyện được đưa vào trong sách, phần lớn đều là những tác phẩm xuất sắc được tuyển lựa từ trong kho báu ngụ ngôn truyền thống Trung Hoa, được phổ biến rộng khắp, có sức ảnh hưởng sâu xa, trí tuệ phong phú, rất giàu ý vị, chúng tôi hy vọng rằng đây sẽ là một cánh cửa để tìm hiểu về văn hoá truyền thống Trung Quốc cũng như kho báu ngụ ngôn truyền thống Trung Hoa, thúc đẩy giao lưu văn hoá Trung Việt. Để cho tình thần tự ngàn xưa ngày càng thêm sâu sắc, đây chính là sở nguyện của chúng tôi. Mong rằng nhịp cầu giao lưu văn hoá giữa hai quốc gia sẽ nở bừng thêm những đoá hoa rực rỡ, kết nên vụ mùa trĩu quả.

Đặng Hải Hà

Tháng 4 năm 2021 (Chu Thanh Nga dịch)

目录

MỤC LỤC

鹬蚌相争

Cò trai tranh nhau

愚公移山

【原文】

太行、王屋二山，方七百里，高万仞。北山愚公者，年且九十，面山而居。惩山北之塞、出入之迂也，聚室而谋，曰："吾与汝毕力平险，指通豫南，达于汉阴，可乎？"杂然相许。其妻献疑曰："以君之力，曾不能损魁父之邱，如太行、王屋何！且焉置土石？"杂曰："投诸渤海之尾、隐土之北。"

遂率子孙荷担者三夫，叩石垦壤，箕畚运于渤海之尾。邻人京城氏之孀妻，有遗男，始龀，跳往助之。寒暑易节，始一反焉。河

【释文】

太行、王屋两座大山，方圆约有七百里，高有七八千丈。在山的北面住着一位老人，名叫愚公，年纪快要将近九十岁了，他正面对着大山居住。因苦于高山的阻塞，全家每次出来进去都要绕很远的山路而行，愚公于是把大家召集在一起商量这件事，他说："我要跟你们尽全力挖平这两座险阻的大山，让道路直通到豫州之南，到达汉水的南岸，好吗？"大家纷纷表示赞同。他的妻子却向他提出疑问，说："凭你的力量，恐怕连魁父这样的小土丘，都挖不平，又能把太行、王屋这样的大山怎么样呢？况且，往哪儿放置挖出来的泥土和石头呢？"大家伙说："把土石投放到渤海的后面、隐土的北面。"

于是，愚公带领儿孙中能挑担的三个人上了山，开始挖凿石头，掘起土块，用畚箕把土石运到渤海的海边。邻居京城氏家的寡妇有一个遗腹子，正是刚刚换牙的岁数，也蹦蹦跳跳地来帮助他们。

Ngu Công dời núi

Núi Thái Hàng và núi Vương Ốc liền một dải, chu vi hơn bảy trăm dặm, cao vạn nhẫn. Một cụ già tên Ngu Công chín mươi tuổi, sống ở phía bắc núi, nhà quay mặt vào núi. Do trái núi chắn đường vào nhà, ra vào phải đi vòng, nên gọi cả nhà đến nói: "Ta và mọi người dốc sức đào trái núi này đi, để chỗ chúng ta thông thẳng tới phía nam Dự Châu, bờ nam sông Hán, thế nào?" Người trong nhà cùng đồng ý. Nhưng vợ ông cụ lại băn khoăn: "Dựa vào sức của ông, e rằng cái gò Khôi Phụ còn không đào nổi, huống hồ là núi Thái Hàng, Vương Ốc. Vả lại để đất đá ở đâu?" Mọi người cùng nói: "Đổ xuống cuối Bột Hải, phía bắc Ẩn Thổ."

Thế là Ngu Công dẫn theo ba người con cháu quẩy gánh, bắt đầu đào đá cuốc đất, cho vào sọt chở đến cuối Bột Hải. Hàng xóm là bà goá họ Kinh có đứa con côi vừa thay răng, cũng nhảy tung tăng đến giúp. Đông qua hè lại, mới đi được một chuyến. Có ông

【原文】

曲智叟笑而止之，曰："甚矣，汝之不惠！以残年余力，曾不能毁山之一毛，其如土石何？"北山愚公长息曰："汝心之固，固不可彻，曾不若孀妻弱子！虽我之死，有子存焉；子又生孙，孙又生子；子又有子，子又有孙；子子孙孙，无穷匮也。而山不加增。何苦而不平！"河曲智叟亡以应。

——《列子》

【释文】

寒来暑往，经过一年，他们才往返回家一次。住在河曲这里有一个名叫智叟的老人，讥笑愚公并阻止他做这件事，他说："你真是太傻了！凭你这样的年老体弱，估计不能毁坏大山的一根毫毛，又能把泥土和石头怎么样呢？"住在北山的愚公长长地叹息说："你的心太顽固了，顽固得一窍不通，甚至还不如这里的寡妇孤儿！即使以后我死了，我还有儿子在呢；儿子又生孙子，孙子又会生儿子；儿子又有儿子，儿子又会有孙子；子子孙孙没有穷尽。然而山却不会增高加大。为什么怕挖不平呢？"河曲的智叟没有什么话可回答的。

Trí Tẩu ở Hà Khúc cười mà can rằng: "Ông thật ngốc quá! Với chút sức tàn của ông, còn không nhổ nổi một cọng cỏ trên núi, huống chi là đất đá?" Ngu Công sống ở phía bắc núi thở dài mà nói: "Ông không bền lòng, bền lòng thì việc gì cũng làm được, ông còn không bằng bà goá con côi! Dù tôi có chết, còn có con tôi tiếp tục đào; con lại sinh cháu, cháu lại sinh con; con lại sinh con, con lại sinh cháu. Con cháu đời này đến đời khác vô cùng, mà núi không thể mọc cao thêm. Sao phải lo không san bằng được?" Trí Tẩu nghe vậy không nói được gì.

- Liệt Tử

失斧疑邻

【原文】

人有亡鈇者，意其邻之子。视其行步，窃鈇也；颜色，窃鈇也；言语，窃鈇也；动作态度，无为而不窃鈇也。俄而扣其谷而得其鈇。

他日，复见其邻之子，动作态度，无似窃鈇者。

——《列子》

【释文】

从前有一个人，丢了一把斧子，他怀疑是邻居家的儿子偷去了。他观察邻居的儿子走路的样子，像是偷了斧子的；看他脸上露出的表情，像是偷了斧子的：听他说话的声音，像是偷了斧子的；他的一举一动，没有一样不像是偷了斧子的。后来不多久，他在掏挖原来水沟时找到了这把丢失的斧子。

过了几天，他又看到邻居的儿子，就觉得他的言行举止，一举一动，再也没有一点像偷斧子的样子了。

Mất rìu

Có một người không thấy chiếc rìu của mình đâu, bèn ngờ cho thằng bé nhà hàng xóm. Anh ta quan sát thằng bé, nhìn nó đi đường, giống như đứa ăn trộm rìu; nhìn sắc mặt nó, giống như đứa ăn trộm rìu; nhìn nó nói năng, giống như đứa ăn trộm rìu; toàn bộ cử chỉ, thái độ, đúng là một đứa ăn trộm rìu.

Không bao lâu, anh ta đào khe nước, tìm thấy chiếc rìu của mình. Mấy hôm sau, lại để ý xem thằng bé hàng xóm, thấy mọi cử chỉ, thái độ, không hề có dáng vẻ một thằng ăn trộm rìu.

- Liệt Tử

歧路亡羊

【原文】

杨子之邻人亡羊，即率其党，又请杨子之竖追之。杨子曰：“嘻！亡一羊，何追者之众？”邻人曰：“多歧路。”既反，问：“获羊乎？”曰：“亡之矣。”曰：“奚亡之？”曰：“歧路之中又有歧焉。吾不知所之，所以反也。”杨子戚然变容，不言者移时，不笑者竟日。

门人怪之，请曰：“羊，贱畜，又非夫子之有，而损言笑者，何哉？”

杨子不答。门人不获所命。弟子孟孙阳出，以告心都子……

【释文】

杨子的邻居家走失了一只羊，他马上带领自己的手下，又央请杨子的家僮一起去追寻丢失的羊。杨子说：“唉！你跑丢了一只羊，为什么要那么多人来追寻？”邻人对他道：“路上有很多岔路。”他们回来后，杨子问：“你们寻找到羊了吗？”邻人回答说：“羊跑掉了。”杨子又问：“羊怎么会逃跑掉呢？”邻人回答道：“分岔路之中又有分岔路啊。我不知道羊跑到哪条分岔路上，所以我们就回来了。”杨子听后脸色变得很忧郁，大半天没有说什么话，整天没有笑容。

杨子这样的情形，弟子对此感到奇怪，于是向杨子请教问：“羊，是一个低贱的牲畜，而且又不是老师您的，您为此不说不笑，忧郁半天，这是为什么呢？”

杨子没有回答他们的问话。弟子最终也没有得到杨子的答案。杨子有个弟子叫孟孙阳的，他从杨子那里出来后，把这件事的情形

Mất dê

Người hàng xóm nhà ông Dương xổng mất con dê, bèn dẫn cả nhà đi đuổi, còn xin ông Dương cho đứa hầu đi đuổi giúp. Ông Dương nói: "Ồ! Đuổi một con dê, cần gì phải đông người như vậy?" Người hàng xóm đáp: "Đường nhiều ngã rẽ lắm!"

Đến khi trở về, ông Dương hỏi: "Có bắt được dê không?" Đáp rằng: "Chạy mất rồi." Hỏi: "Sao lại mất được?" Đáp rằng: "Theo ngã rẽ này đi một chốc lại có ngã rẽ khác. Tôi không biết đi theo đường nào, nên đành quay về." Ông Dương nghe vậy sầm mặt buồn bực, hồi lâu không nói năng gì, cả ngày không cười.

Có học trò lấy làm lạ, bèn hỏi: "Dê, không đáng mấy tiền, cũng không phải là của thầy, tại sao thầy lại phải không cười không nói?"

Ông Dương không đáp. Học trò không hiểu ra làm sao. Có một học trò tên là Mạnh Tôn Dương, sau khi ra ngoài, bèn đem chuyện này nói với Tâm Đô Tử…

【原文】

心都子曰："大道以多歧亡羊，学者以多方丧生。学非本不同，非本不一，而末异若是。唯归同反一，为亡得丧。子长先生之门，习先生之道，而不达先生之况也，哀哉！"

——《列子》

【释文】

告诉了心都子……

心都子说："大道因为分岔路太多而跑丢了羊，求学的人因为学习方法太多而浪费生命。学问并非根本上有什么不同，也没有什么两样，只不过它的末流像这样有不一致的地方。只有回到事物的相同本质上来，才不会有得失的差别。您长时间在先生的门下，学习先生传授的学问道理，却不能知晓先生其中的意思。这很悲哀啊！"

Tâm Đô Tử nói: "Đường cái vì nhiều ngã rẽ mà mất dê, người học vì nhiều thuật quá mà tổn hại sinh mệnh. Học vấn không phải có nhiều gốc, gốc của học vấn không khác nhau, mà ngọn lại khác biệt như vậy. Chỉ có quay trở lại gốc ban đầu, mới tránh xa được mất. Anh lớn lên trong nhà của thầy, học cái đạo của thầy, mà không hiểu được tỉ dụ của thầy, thật đáng buồn thay!"

- Liệt Tử

杞人忧天

【原文】

杞国有人，忧天地崩坠，身亡所寄，废寝食者。又有忧彼之所忧者，因往晓之，曰："天，积气耳，无处无气。若屈伸呼吸，终日在天中行止，奈何忧崩坠乎？"

其人曰："天果积气，日月星宿，不当坠邪？"晓之者曰："日月星宿，亦积气中之有光耀者，只使坠，亦不能有所中伤。"

其人曰："奈地坏何？"晓之者曰："地积块耳，充塞四虚，无处无块。若躇步跐蹈，终日在地上行止，奈何忧其坏？"其人舍然大喜，晓之者亦舍然大喜。

——《列子》

【释文】

杞国有一个人，常常担忧天会塌下来，地也会陷下去，到时候自己没有地方可以存身，于是整天睡不好觉，吃不下饭。另外又有一个人为这个杞国人的忧愁而感到忧愁，于是就到杞国人身边去开导他，说："天只不过是积聚的一团气体罢了，没有哪个地方是没有空气充塞。你的行动和呼吸，时时刻刻都在天空里进行，怎么还要担心天会塌下来呢？"

那个人问道："天如果是气体，那日月星辰不就会掉下来吗？"开导他的人回答道："日月星辰也只不过是空气中发光的东西，即使掉下来，也不会伤害到哪里。"

那个人又问道："如果地陷下去，我将怎么办？"开导他的人回答道："地不过是堆积的土块而已，填满了四方，没有什么地方是没有土块的。不论你怎样行走跳跃，还是整天都在地上活动的，为什么还要担心它会陷下去呢？"经过这个人的解释开导，那个杞国人于是放下心来，高兴起来；开导他的人也放了心，也感到特别高兴。

Lo trời sập

Nước Khởi có một người suốt ngày lo trời sập, đất lở, khiến mình không còn chỗ nương náu, lo đến nỗi ăn không ngon, ngủ không yên. Có một người lo lắng cho nỗi lo sợ của anh ta, bèn tìm đến giải thích rằng: "Trời chẳng qua là khí tụ lại, không chỗ nào không có khí. Anh cử động hít thở, cả ngày đều hoạt động trong khí trời ấy, thì anh sợ gì trời sập."

Người nước Khởi nói: "Nếu trời do khí kết thành, thì mặt trời, trăng, sao chẳng phải sẽ rơi xuống ư?" Người hiểu biết kia đáp: "Mặt trời, trăng, sao cũng chỉ là thể khí kết lại phát sáng mà thôi, dù cho có rơi xuống, cũng chẳng làm hại đến vật gì."

Người nước Khởi lại nói: "Nếu đất sụt thì sao?" Người hiểu biết kia bèn đáp: "Đất chẳng qua là do bùn kết lại. Bùn ở khắp nơi, không nơi nào không có. Anh giẫm, đạp lên đó, suốt ngày đi lại trên mặt đất, sao còn sợ nó sụt?" Người nước Khởi như trút được gánh nặng, vui vẻ trở lại. Người hiểu biết kia cũng thấy vui lây.

- Liệt Tử

齐人攫金

【原文】

昔齐人有欲金者。清旦，衣冠而之市，适鬻金者之所，因攫其金而去。吏捕得之，问曰："人皆在焉，子攫人之金何？"对曰："取金之时，不见人，徒见金。"

——《列子》

【释文】

从前，齐国有一个人一心想得到金子。有一天清早，他穿好衣服，戴上帽子就前往集市上去，走到了卖金子的地方，于是抢了人家的金子就逃跑了。巡视的工作人员把他逮住，问他："集市上有这么多人都在这儿，你怎么敢抢夺人家的金子呢？"他回答说："我在拿金子的时候，根本没有看见人，只看见了金子。"

Người Tề cướp vàng

Xưa có một người ở nước Tề rất mê vàng. Một buổi sớm, anh ta mặc quần áo, đội mũ ra phố, đi đến nơi bán vàng, vồ lấy vàng của người ta rồi chạy. Quan tuần bắt được, hỏi: "Mọi người đang ở đây, sao mày lại cướp vàng của người ta?" Người kia đáp: "Khi tôi vồ vàng, mắt chỉ thấy vàng, chứ không hề thấy ai cả."

- Liệt Tử

九方皋相马

【原文】

秦穆公谓伯乐曰："子之年长矣，子姓可有使求马者乎？"伯乐对曰："良马可形容筋骨相也。天下之马者，若灭若没，若亡若失，若此者绝尘弭辙。臣之子，皆下才也，可告以良马，不可告以天下之马也。臣有所与者共担缨薪菜者，曰九方皋，此其于马非臣之下也，请见之。"

穆公见之，使行求马，三月而反，报曰："已得之矣，在沙丘。"穆公曰："何马也？"对曰："牝而黄。"使人往取之，牡而骊。

【释文】

秦穆公问伯乐道："您的年纪已经很高了，您的子孙中可有可以派出去物色天下好马的人吗？"伯乐回答说："一般的好马可以依据马的外形与肌肉骨骼来辨识，天下最好的千里马的体态特征是恍惚迷离的，不太容易识别，像这样的马，奔跑得非常快速，奔驰的时候也不会飞扬起尘土，地上也不会留下马蹄印。我的子孙都是一般的人才，能够具有识别一般好马的才能，不具有辨识天下特别突出的千里马的才能。我有一个曾与我在一起扛过东西砍过柴草的朋友，名叫九方皋。这个人的识马能力不在我之下，请您让他来拜见一下您吧。"

穆公召见了九方皋，并派遣他到外面去寻求千里马。三个月后，九方皋返回向穆公禀报说："我已经在沙丘这地方寻得千里马。"穆公问："是什么样的马？"九方皋对穆公回答说："是一匹黄色的母马。"穆公派人去沙丘取马，却是一匹黑色的公马。

Cửu Phương Cao xem tướng ngựa

Tần Mục Công bảo Bá Nhạc: "Tuổi ngài đã cao, trong đám con cháu ngài có người nào biết tìm ngựa tốt không?" Bá Nhạc nói: "Ngựa thường thì có thể quan sát hình dáng, gân cốt, nhưng ngựa thiên lý thì không có tiêu chuẩn nào, khó mà nắm bắt được, ngựa này chạy nhanh như tên bay mà không cuốn tung bụi, không thấy vết chân. Con cháu tôi đều là những người kém tài, có thể dạy chúng chọn ngựa tốt bình thường, chứ không thể dạy chúng chọn được ngựa thiên lý. Tôi có người bạn thân từng làm nghề gánh gồng chặt củi cùng nhau, tên là Cửu Phương Cao, có tài xem tướng ngựa chẳng kém gì tôi, xin vua cho mời ông ấy."

Tần Mục Công cho vời Cửu Phương Cao, sai ông ta đi tìm ngựa thiên lý, sau ba tháng trở về, tâu rằng: "Đã tìm thấy rồi, ở Sa Khâu." Mục Công nói: "Con ngựa ra sao?" Cửu Phương Cao đáp: "Là ngựa cái lông vàng." Mục Công sai người đến Sa Khâu bắt ngựa, thì thấy là ngựa đực lông đen.

【原文】

穆公不说，召伯乐而谓之曰："败矣，子所使求马者！色物、牝牡尚弗能知，又何马之能知也？"伯乐喟然太息曰："一至于此乎？是乃其所以千万臣而无数者也！若皋之所观，天机也。得其精而忘其粗，在其内而忘其外，见其所见，不见其所不见，视其所视，而遗其所不视。若皋之相者，乃有贵乎马者也！"马至，果天下之马也。

——《列子》

【释文】

穆公很不高兴，召见伯乐并对他说："你推荐的识马人真不怎么样！他连毛色、雌雄都还不能辨别，又如何能够识别哪是一般马，哪是千里马呢？"伯乐对着穆公长长地叹息，道："他的识马能力竟到这种地步了吗？这正是他超过我千万倍还远远不止的原因啊。九方皋所观察到的，是天下的机妙啊。他看到千里马的精华而忘记其粗略的外表，观察到了千里马的内在品质而忽略了它的毛色和雌雄，看见了他所应当看见的地方，而没有看见他不必看见的地方。像九方皋这种善于辨别千里马的人，实在是有比千里马更值得珍惜的地方啊！"等到马来了，一观察，果不其然，真是一匹千里好马。

Mục Công không vui, gọi Bá Nhạc đến, bảo: "Dở quá, ông tiến cử người chọn ngựa mà màu sắc, đực cái cũng không phân biệt được, thì làm sao mà chọn được ngựa thiên lý?" Bá Nhạc thở dài sườn sượt nói: "Cao siêu đến mức đó rồi ư? Đây chính là chỗ ông ấy tài giỏi hơn tôi gấp nghìn vạn lần! Cái mà ông Cao quan sát, là thiên cơ. Nắm bắt cái tinh mà bỏ qua cái thô, nắm bắt cái bản chất mà bỏ qua cái bề ngoài, chỉ nhìn cái cần nhìn, không nhìn cái không cần nhìn; chỉ quan sát cái nên quan sát, mà bỏ đi cái không cần quan sát. Tài quan sát của ông Cao còn đáng trân quý hơn cả ngựa thiên lý."

Đem ngựa về, quả nhiên là ngựa thiên lý nổi tiếng trong thiên hạ.

- Liệt Tử

纪昌学射箭

【原文】

甘蝇，古之善射者，彀弓而兽伏鸟下。弟子名飞卫，学射于甘蝇，而巧过其师。纪昌者，又学射于飞卫。飞卫曰：“尔先学不瞬，而后可言射矣。”

纪昌归，偃卧其妻之机下，以目承牵挺。二年之后，虽锥末倒眦，而不瞬也。以告飞卫。飞卫曰。“未也，必学视而后可。视小如大，视微如著，而后告我。”

昌以牦悬虱于牖，南面而望之。旬日之间，浸大也；三年之后，

【释文】

甘蝇是古代一位最善于射箭的人，他拉开弓，对着兽，兽就会被射倒下；对着鸟，鸟就被射落下，可以说百发百中。甘蝇有一个弟子，名叫飞卫，向甘蝇学习射箭，但他射箭的技术却超过了他的师傅。有一个叫纪昌的，又向飞卫学习射箭。飞卫说：“你要学射箭先学习看东西不眨眼睛，学会不眨眼睛之后，我们才可以谈论学习射箭。”

纪昌回到家中，仰面躺在他妻子的织布机下，用眼睛直视着织布机上的梭子来练习长时间不眨眼睛。练习了两年之后，即使锥子尖刺在他的眼眶上，他也不会眨一下眼睛。纪昌把自己练习的经过情形告诉了飞卫，飞卫对他说：“你这练习还不够啊，还必须要学会视觉好才行。要练到看小东西像看到大东西一样清楚，看细微的物体像看到显著的物体一样容易，练成之后，你再来告诉我。”

纪昌用牦牛尾巴的毛系住一只虱子悬挂在窗户上，面向南方远

Kỷ Xương học bắn

Cam Thằng, là người rất giỏi bắn tên thời xưa, chỉ giương cung là thú nằm chim rụng. Đệ tử là Phi Vệ, theo Cam Thằng học bắn, còn tài giỏi hơn thầy. Kỷ Xương học bắn cung với Phi Vệ. Phi Vệ nói: "Trước tiên anh cần tập không chợp mắt, rồi sau hãy học bắn."

Kỷ Xương về nhà, nằm ngửa dưới khung dệt vải của vợ, mắt trừng trừng nhìn vào con thoi đưa qua đưa lại. Như vậy liền hai năm, giả dụ có cầm dùi đâm vào mắt anh ta, anh ta cũng không chớp mắt. Anh ta liền đem kết quả này nói cho Phi Vệ biết. Phi Vệ nói: "Vẫn chưa được, anh còn phải rèn luyện nhãn lực nữa. Anh phải nhìn vật rất nhỏ thành lớn, nhìn vật lờ mờ thành rõ ràng, sau đó hãy đến bảo tôi."

Kỷ Xương lấy lông đuôi trâu buộc con rận treo trên cửa sổ, rồi quay mặt về phía nam nhìn chằm chằm vào nó. Chỉ trong mười hôm, nhìn con rận thấy dần dần to lên; sau ba năm,

【原文】

如车轮焉。以睹余物，皆丘山也。乃以燕角之弧，朔蓬之竿射之，贯虱之心，而悬不绝。以告飞卫。飞卫高蹈拊膺曰：“汝得之矣！”

——《列子》

【释文】

远地注视着它，练习十天之后，看虱子渐渐大了；练习三年之后，虱子在他眼里有如车轮那么大。用这种方法观看其他东西，都好像山丘一样大。纪昌于是用燕地牛角装饰的弓，用北方出产的篷竹作为箭杆，射那只悬挂在窗口的虱子，结果射穿了虱子的中间，但绳子却没有断。纪昌又把自己练习的情况告诉了飞卫，飞卫高兴得抬高脚踏步，拍着胸膛，说道：“你已经掌握了射箭的技巧了！”

nhìn con rận to bằng cái bánh xe, rồi nhìn các vật khác đều thấy to bằng trái núi. Kỷ Xương bèn lấy sừng trâu phương Bắc làm cung, lấy tre bồng phương Nam làm tên, bắn trúng giữa con rận mà lông đuôi trâu vẫn không đứt. Kỷ Xương đem chuyện đó nói cho Phi Vệ biết. Phi Vệ sung sướng nhảy cẫng lên, vỗ ngực mà nói: "Anh đã học được tuyệt kỹ bắn tên rồi đấy!"

- Liệt Tử

小孩辩日

【原文】

孔子东游，见两小儿辩斗，问其故。一儿曰：“我以日始出时去人近，而日中时远也。”一儿以日初出远，而日中时近也。一儿曰：“日初出大如车盖，及日中则如盘盂，此不为远者小而近者大乎？”一儿曰：“日初出沧沧凉凉，及其日中如探汤，此不为近者热而远者凉乎？”

孔子不能决也。两小儿笑曰：“孰为汝多知乎？”

——《列子》

【释文】

孔子向东方游历时，见到两个小孩在争辩，就问他们为什么争辩。一个小孩子说：“我认为太阳刚刚升起来的时候距离人比较近，而正中午的时候距离人比较远。”另一个小孩子则认为太阳刚刚升起来的时候距离人比较远，而正中午的时候距离人比较近。一个小孩儿说：“太阳刚刚升起来的时像车子的车盖一样大，到了中午时候就像盘子一般小了，这不是远的小、近的大的缘故吗？”另一个小孩儿说：“太阳刚刚升起来的时候凉凉爽爽，到了中午的时候热得好比把手伸进热水中，这不是近的就感觉热，而远就感觉凉的缘故吗？”

孔子听了他们俩辩论之后也不能判定哪个对哪个错。两个小孩子笑着对孔子说：“是谁说你知识渊博呢？”

Mặt trời gần hay xa

Khổng Tử đi chơi về phía đông, thấy hai đứa bé cãi nhau, hỏi tại sao, thì một đứa nói: "Cháu cho rằng mặt trời mới mọc ở gần ta hơn, về buổi trưa ở xa ta hơn." Đứa bé kia nói, mặt trời vừa mọc ở xa ta hơn, về buổi trưa ở gần ta hơn. Đứa trước cãi: "Sáng ra mặt trời mới mọc to như cái bánh xe, đến giữa trưa nhỏ như cái đĩa đựng thức ăn, thế chẳng phải tại xa ta mới nhỏ, gần ta mới to là gì?" Đứa sau cãi: "Lúc mặt trời mới mọc thì thấy mát mẻ, đến giữa trưa thì nóng nực, đó chẳng phải vì gần ta mới nóng, xa ta mới mát là gì?"

Khổng Tử không thể phân xử được. Hai đứa bé cười nói: "Thế thì cho ông là học rộng biết nhiều thế nào được?"

- Liệt Tử

杨布打狗

【原文】

杨朱之弟曰布，衣素衣而出。天雨，解素衣，衣缁衣而返。其狗不知，迎而吠之。杨布怒，将扑之。杨朱曰："子无扑矣，子亦犹是也。向者使汝狗白而往黑而来，岂能无怪哉？"

——《列子》

【释文】

杨朱的弟弟，名叫杨布，有一天他穿着一件白色的衣服出门去了。天下起了雨，杨布于是脱下白衣，穿了一件黑色的衣服回家。他家的狗没有认出来是主人杨布，就冲上前对着他吠叫。杨布非常愤怒，准备冲着狗打。杨朱看到此情形对杨布说："你不要打狗，如果是你处在这种情形，你也会是像它这样做的。假若刚才你的狗出去的时候是白色的，而回来的时候变成了黑色的，你难道不感到这是一件怪事吗？"

Đi trắng về đen

Dương Bố là em trai của Dương Chu, khi đi ra ngoài, mặc quần áo trắng. Giữa đường gặp trời mưa [ướt áo], phải cởi áo trắng, mượn bộ quần áo thâm mặc về. Con chó không biết, xô ra cắn. Dương Bố giận quá, toan cầm gậy đánh. Dương Chu can rằng: "Đừng đánh nó làm gì! Nó đuổi cắn thế là phải. Giả sử con chó nhà chú lúc đi thì trắng, lúc về thì đen, chú có nhận ra nó không?"

- Liệt Tử

晋文公欲伐卫

【原文】

晋文公出，适欲伐卫，公子锄仰天而笑。公曰“奚笑？”曰：“臣笑邻之人有送其妻适私家者，道见桑妇，悦而与言。然顾视其妻，亦有招之者矣。臣窃笑此也。“公寤其言乃止。引师而还，未至都而有伐其北鄙者矣。

——《列子》

【释文】

晋文公率领部队准备去攻打卫国，公子锄在路上遇见晋文公，便对着晋文公仰天大笑，晋文公问公子锄道：“你为什么笑？”公子锄对晋文公说：“我是在笑我的邻居啊！当他在送他的妻子回娘家的时候，路上遇到了一个采桑的妇人，于是就控制不住去和采桑的妇人调情搭话，可是当他回过头来看到自己的妻子时候，发觉竟然会有人正在勾引着她。我在暗暗地大笑就是因为这个故事。”晋文公听了公子锄的话之后，领悟到他所说的话，就中止了进攻卫国的念头而带领部队回国，可是还等没回到晋国的都城，就听说有敌人入侵晋国北方边境。

Đánh người phải biết giữ mình trước

Vua nước Tấn là Tấn Văn Công đem quân đi đánh nước Vệ, công tử Sừ ngửa mặt lên trời cười lớn. Vua hỏi: "Ngươi cười cái gì?" Thưa rằng: "Thần cười anh láng giềng nhà thần, một hôm đưa vợ đi chơi, giữa đường gặp người con gái đẹp hái dâu, anh ta thích quá, lén vợ đến tình tự với người con gái. Một lúc ngoảnh lên nhìn vợ, thì thấy một anh chàng đang rủ rê vợ mình. Thần nghĩ mà không nhịn được cười." Vua nghe nói tỉnh ngộ mà dừng lại, kéo quân về, chưa về tới kinh đô, đã nghe báo có quân giặc xâm phạm biên cương phía bắc.

- Liệt Tử

智子疑邻

【原文】

宋有富人，大雨坏墙。其子曰：“不筑，必将有盗。”其邻人之父亦云。暮而果大亡其财。其家甚智其子，而疑邻人之父。

——《韩非子》

【释文】

战国时宋国有一个富人，有一次大雨把他家的墙淋倒了。他的儿子说：“如果不及时把这墙修好，一定会招惹来盗贼。”他的邻家的老人家也这样说。这天夜里，富人家里果然被盗了许多财物。富人全家都认为自己的孩子非常聪明有智慧，却怀疑财物是邻家的老人家所盗。

Con khôn hàng xóm gian

Nước Tống có người nhà giàu, một hôm trời mưa, tường đổ. Đứa con nói: "Cha ơi, không đắp ngay lại, e có trộm vào." Người hàng xóm thấy tường đổ, cũng khuyên như vậy. Quả nhiên, đêm hôm ấy, trộm vào khoảng một mẻ lớn. Anh ta khen đứa con là khôn ngoan, mà ngờ anh hàng xóm là gian giảo.

- Hàn Phi Tử

枯梧之树

【原文】

人有枯梧树者，其邻父言：“枯梧之树不祥。”其邻人遽而伐之。邻人父因请以为薪。其人乃不悦，曰：“邻人之父徒欲为薪而教吾伐之也，与我邻若此其险，岂可哉！”

——《列子》

【释文】

有个人家里有一棵干枯的梧桐树，他邻家的老父亲说：“干枯的梧桐树对住家不吉利。”这个人于是急忙地把树砍掉了。邻家的老父亲就请求把这枯梧桐树送给他当柴火烧。这个人就此很不高兴，说：“邻家的老父亲只不过是想要拿这梧桐树当柴火烧才叫我把它砍掉，和我一起做邻居，如果这么阴险，那怎么能行呢！”

Chặt cây ngô đồng

Một nhà nọ có cây ngô đồng bị chết khô, người hàng xóm bèn bảo: "Cây ngô đồng chết khô là điềm không lành đấy!" Ông ta bèn vội vàng chặt cây ngô đồng đi. Người hàng xóm bèn xin về làm củi đun. Ông kia nghe giận dữ nói: "Thì ra ông muốn kiếm củi của tôi nên xui tôi chặt cây ngô đồng đi, ông là hàng xóm của tôi mà sao thâm độc đến vậy, thế có được không!"

- Liệt Tử

宣王好射

【原文】

宣王好射，说人之谓己能用强也。其实所用不过三石。以示左右，左右皆引试之，中关而止，皆曰："不下九石，非大王孰能用是！"

宣王说之。然则宣王用不过三石，而终身自以为九石。三石，实也。九石，名也。宣王悦其名而丧其实。

——《尹文子》

【释文】

齐宣王很爱好射箭，喜欢别人说自己能用强硬的弓。其实他所使用的弓不会超过三石的强度。有一次，他拉弓给身边的群臣看，群臣就都试着拉弓，大家把弓拉到一半就停止了，都说："这拉弓应不少于九石的强度，除了大王您恐怕谁也用不了这样的硬弓！"

宣王听了这些话很高兴。尽管那样，宣王所用的弓不超过三石的强度，却终身自己认为能用九石的拉弓。三石，是宣王拉弓实际的强度。九石，却是空有虚名的强度。宣王爱好虚名却不知晓自己的真实水平。

Tuyên Vương giương cung

Tuyên Vương thích bắn cung, thích người khác nói mình giương được cung cứng. Thực ra cung mà ông giương chỉ là cung ba thạch. Một hôm, ông giương cung trước mặt tuỳ tùng. Tuỳ tùng đều đến kéo thử, nhưng chỉ kéo có một nửa cánh cung rồi kêu lên: "Không dưới chín thạch, ngoài nhà vua ra thì không ai có thể kéo căng được!"

Tuyên Vương rất khoái. Thực ra cây cung của Tuyên Vương chỉ có ba thạch, nhưng suốt đời ông ta cứ tưởng mình kéo được cây cung nặng chín thạch. Ba thạch, là thực. Chín thạch, là hư danh. Tuyên Vương thích hư danh mà đánh mất thực.

- Doãn Văn Tử

谦虚误女

【原文】

齐有黄公者，好谦卑。有二女，皆国色。以其美也，常谦辞毁之，以为丑恶。丑恶之名远布，年过而一国无聘者。卫有鳏夫，失时，冒娶之，果国色。然后曰："黄公好谦，故毁其子不姝美。"于是争礼之，亦国色也。国色，实也；丑恶，名也。此违名而得实也。

——《尹文子》

【释文】

齐国有一位黄公，喜欢过分谦虚，放低自己。他有两个女儿，都具有全国数一数二的姿色。因为两个女儿非常漂亮，黄公经常用谦卑的言辞贬低甚至诋毁她们，人们听黄公对他两个女儿的介绍，都误认为他的两个女儿非常丑陋。由此，两个女儿丑陋的名声被流传得很远，以致她们过了适嫁的年岁，全国却没有一个来求婚的人。卫国有一个错过结婚年龄没有妻子的老光棍，冒冒失失地把他的一个女儿娶回去，发现他女儿真是天资国色，自此以后遇人就说："黄公喜爱谦虚，特意诋毁自己的女儿，说她们长得不美。"于是，人们争着送聘礼去黄公家求婚，把另一个娶去。果不其然，另一个女儿也是国色天香的美人。国色天香是事实，丑恶是虚名，这是名实相违背了。

Khiêm tốn hại con

Nước Tề có ông già họ Hoàng, tính rất khiêm tốn. Ông Hoàng có hai người con gái, cực kỳ xinh đẹp. Ông Hoàng không phải là không biết con mình đẹp, nhưng vì khiêm tốn nên thường chê bai, nói rằng con mình rất xấu xí. Tiếng xấu đồn xa, đến nỗi đã quá tuổi cập kê rồi mà trong nước không có người nào đến cầu hôn. Nước Vệ có một anh chàng độc thân, mãi không sao kiếm được vợ, đánh liều đến xin lấy cô chị, té ra là giai nhân tuyệt sắc. Bèn nói với mọi người: "Ông Hoàng quá khiêm tốn, nên cố tình nói con gái mình xấu, em gái chắc chắn xinh đẹp." Thế là người ta tranh nhau đến cầu hôn với cô con gái thứ hai, quả nhiên cũng là giai nhân. Xinh đẹp, là thực; xấu xí, là danh. Đây là trái danh mà được thực.

- Doãn Văn Tử

盗与殴

【原文】

庄里丈人，字长子曰盗，少子曰殴。盗出行，其父在后，追呼之曰："盗！盗！"吏闻，因缚之。其父呼殴喻吏，遽而声不转，但言："殴，殴！"吏因殴之，几殪。

——《尹文子》

【释文】

乡村里有一个老人，他给自己的大儿子取名叫做盗，给小儿子起名叫做殴。有一天，大儿子盗外出行走，这老人因有事就紧跟在大儿子后面追喊："盗！盗！"在一旁的官吏听到了老人的呼喊，以为老人在追强盗，就把他的大儿子抓住并捆绑了起来。老人连忙呼喊他的二儿子殴出来，要他对官吏说清楚事情的原委。可是他着急得转不过口来，只大喊："殴！殴！"官吏以为老人在叫他打强盗，因此狠狠地殴打了盗，打得几乎让他的大儿子盗丢掉性命。

Cướp và Đánh

Làng nọ có một ông già, đặt tên cho con trai cả là Cướp, con trai thứ là Đánh. Một hôm, Cướp đi ra ngoài, ông bố đi theo sau, gọi với theo: "Cướp! Cướp!" Viên quan nghe thấy vậy, liền bắt anh ta trói lại. Ông già cuống lên, gọi người con thứ hai đến giải thích cho quan, nhưng cuống quá, không kịp đổi giọng, chỉ gọi ầm lên: "Đánh! Đánh!" Viên quan liền đánh túi bụi, khiến anh con cả gần chết.

- Doãn Văn Tử

山鸡与凤凰

【原文】

楚人有担山鸡者，路人问曰：“何鸟也？”担者欺之曰：“凤凰也！”路人曰：“我闻凤凰久矣，今真见之，汝卖之乎？’乃酬千金，弗予；请加倍，乃与之。方将献楚王，经宿而鸟死。路人不遑惜其金，唯恨不得以献耳。国人传之，咸以为真凤而贵，宜欲献之。遂闻于楚王。王感其献己也，召而厚赐之，过买凤凰之值十倍矣。

——《笑林》

【释文】

楚国有一个人，肩挑山鸡在路上行走，一个路人问他：“你这担子里是什么鸟？”挑担的人骗路人说：“这是凤凰呀。”路人对他说：“我听说过凤凰已经很久了，今天果然见到真的凤凰了。你卖掉它吗？”路人给他千金的钱，他仍然不卖。挑担者要求给加倍的钱，才卖给路人。路人想要将山鸡呈献给楚国的大王，过了一夜，山鸡却死了。路人没有时间可惜自己花掉的金钱，只怨恨自己没能把“凤凰”献给大王。楚国的民众听说了，都在纷纷传说这件事，都以为是真的凤凰，才会这么昂贵花那么多的钱想要买来呈献给大王。后来这件事被楚王知晓了。楚王被那个路人为呈献凤凰给自己的行为感动了，于是把路人召唤进宫里，并赐给了他好多贵重的钱财，路人得到的钱财比买“凤凰”花费的钱财超过十倍。

Gà rừng và phượng hoàng

Một người nước Sở xách một con gà rừng mà đi, người đi đường nhìn thấy, liền hỏi: "Giống chim gì vậy?" Người nước Sở liền nói dối: "Đây là phượng hoàng đấy!" Người đi đường nói: "Từ lâu tôi đã nghe tiếng phượng hoàng, mãi nay mới được nhìn thấy, anh có bán con phượng hoàng này không?" Muốn trả ngàn vàng, người nước Sở không bán; trả gấp đôi, mới bán cho. Người đi đường muốn mang con chim dâng lên vua Sở, nào ngờ chỉ qua một đêm, con chim lăn ra chết. Người kia rất buồn, không phải vì tiếc vàng, mà vì không còn phượng hoàng để dâng lên nhà vua nữa. Câu chuyện này đồn ra khắp cả nước, mọi người đều cho rằng đó là phượng hoàng thật nên người kia mới bỏ ra rất nhiều tiền mua về, muốn dâng lên nhà vua. Chuyện đến tai nhà vua. Nhà vua rất cảm động trước tấm lòng của người dâng phượng hoàng, liền cho gọi đến, ban thưởng hậu hĩnh, gấp mười số tiền anh ta đã bỏ ra mua gà rừng.

- Tiếu lâm

小鸟笑大鹏

【原文】

有鸟焉，其名为鹏，背若泰山，翼若垂天之云。搏扶羊角而上者九万里，绝云气，负青天，然后图南，且适南冥也。斥鴳笑之曰：“彼且奚适也？我腾跃而上，不过数仞而下，翱翔蓬蒿之间，此亦飞之至也。而彼且奚适也？”此小大之辩也。

——《庄子》

【释文】

有一种鸟，它的名字叫大鹏，它的脊背如同泰山一样高大，展开的双翅就如同天边的一片云。大鹏奋力而飞，双翅借助急速盘旋的气流向上直冲至九万里高空，穿越云气，背负着青天，然后往南而去，将要到达南方的大海。斥鴳嘲笑它说：“大鹏将要飞往哪里去呢？我用力跳起来向上腾飞，也没有超越几丈高就要落下来，在蓬蒿之间盘旋翱翔，这也是我飞行所能到达的极限。而大鹏却将要飞到哪里去呢？”这就是小和大的不同啊。

Chim chích cười đại bàng

Có loài chim tên là đại bàng, lưng cao như núi Thái Sơn, sải cánh như đám mây che ngang bầu trời. Khi nương gió lớn mà bay lên, có thể bay được chín vạn dặm, xuyên qua mây ngàn, cõng cả trời xanh, rồi bay về phương nam, dự định đến biển lớn phương nam. Chim chích nhìn thấy cười nói: "Nó bay đi đâu ấy nhỉ? Ta nhảy lên để bay, chẳng qua cũng chỉ vài trượng, lượn vòng trên đầu đám cỏ bồng, bay như thế cũng ghê lắm rồi! Nó còn định bay đi đâu?" Âu cũng là bởi to nhỏ khác nhau vậy.

- Trang Tử

不龟手之药

【原文】

宋人有善为不龟手之药者，世世以洴澼絖为事。客闻之，请买其方百金。聚族而谋曰：“我世世为洴澼絖，不过数金；今一朝而鬻技百金，请与之。”

客得之，以说吴王。越有难，吴王使之将。冬，与越人水战，大败越人，裂地而封之。能不龟手，一也。或以封，或不免于洴澼絖，则所用之异也。

——《庄子》

【释文】

宋国有一个善长配制防手部冻裂药的人，他的祖先世世代代以漂洗棉絮为职业。有人听到了这件事，他愿意用百斤黄金来购买他的制药秘方。宋国这个人聚拢全族的人一起商量讨论，说：“我们祖上，世世代代以漂洗棉絮为生计，也只赚到那么一点点可数的钱；现在把这个配药秘方卖了，一下子就可以得到百斤黄金，那我们把秘方卖给他吧。”

那个人买到了秘方，就用它去向吴王游说。此时正是越国向吴国进攻的时候，吴王就派他带兵作战。严冬时节，与越国军队水战，由于事先使用了预防手部冻伤的这种药，于是越国军队大败于吴国，因此，吴王划出一块土地封赏给了他。都是防手部不冻裂的药，都是同一种东西。但是，有人用它来得到封赏，而有的人却无法避免世代漂洗棉絮的命运，这是因为用的地方不一样啊。

Thuốc chống nứt nẻ tay

Nước Tống có một người biết chế ra một thứ thuốc làm cho tay không nứt nẻ, đời đời làm nghề giặt tẩy tơ. Có người biết được tin đó, liền bỏ ra một trăm lạng vàng để hỏi mua. Người thợ liền tụ họp họ hàng lại bàn bạc. Anh ta nói: "Họ hàng nhà ta đời đời làm nghề giặt tẩy tơ, cũng chỉ kiếm được chút ít tiền vàng; bây giờ chỉ chốc lát mà được những một trăm lạng vàng, nên bán đi."

Người kia mua được thuốc này, liền mang đi du thuyết vua Ngô. Đúng lúc nước Việt đánh Ngô, vua Ngô sai người kia làm tướng quân. Lúc ấy là mùa đông, quân Ngô thuỷ chiến với người Việt, do dùng thuốc này nên không bị nứt cóng tay, đánh bại được người Việt, vua Ngô liền cắt đất phong thưởng cho người này. Mới hay rằng cùng một loại thuốc chống nứt nẻ tay, có người nhờ đó mà được phong thưởng, có người nhờ đó mà đời đời theo nghề giặt tơ, là do cách dùng khác nhau vậy.

- Trang Tử

涸辙之鲋

【原文】

庄周家贫，故往贷粟于监河侯。监河侯曰：“诺！我将得邑金，将贷子三百金，可乎？”庄周忿然作色曰：“周昨来，有中道而呼者。周顾视车辙中，有鲋鱼焉。周问之曰：‘鲋鱼来！子何为者邪？’对曰：‘我，东海之波臣也。君岂有斗升之水而活我哉？’周曰：‘诺！我且南游吴、越之王，激西江之水而迎子，可乎？’鲋鱼忿然作色曰：‘吾失我常与，我无所处。吾得斗升之水然活耳。君乃言此，曾不如早索我于枯鱼之肆！’”

——《庄子》

【释文】

庄周家里很贫穷，因而到监河侯那里去借粮食。监河侯说：“可以！我马上要收到领地的租金了，到那时再借给你三百金，可以吗？”庄周大为生气，脸色都变了，说：“我昨天来的时候，在路上听到有什么东西在呼唤。我环视四周围，看见干涸的车辙里面有条鲋鱼。我问它说：‘鲋鱼您来！您在这里是干什么呀！’鲋鱼回答说：‘我原本是东海的水族臣子。您可以用少量的水来让我活下去吗？’我说：‘可以！我要到南方去游说吴、越的国君，让他们引西江的水来迎接您，可以吗？’鲋鱼气得脸色都变了，说：‘我失去我平常相处需要的水域，没有居住之地让我生存。我只要得到少量的水就能活下去了。您却说出这样的言语，还不如早一点到干鱼市场里去找我呢！’”

Cá trong vũng cạn

Nhà Trang Chu rất nghèo, nên phải đến nhà Giám Hà Hầu để vay gạo. Giám Hà Hầu nói: "Được, đợi ta thu tô trong ấp xong, sẽ cho ông vay ba trăm lạng vàng, được chứ?" Trang Chu bực bội ra mặt, nói rằng: "Hôm qua tôi đi đến đây, giữa đường nghe có tiếng gọi, tôi nhìn bốn phía, mãi mới thấy một con cá trắm nằm trong vũng nước trong vết bánh xe. Tôi hỏi: 'Sao cá lại ở đây? Cá đang làm gì?' Nó đáp: 'Tôi là loài thuỷ tộc ở biển Đông, ông có thể cho tôi một đấu hoặc một thăng nước để cứu tôi không?' Tôi nói: 'Được! Ta sẽ xuống phía nam du thuyết vua nước Ngô, nước Việt, dẫn nước Tây Giang về cứu cá, có được không?' Cá trắm giận dữ nói: 'Tôi xa nước mắc cạn ở đây, chỉ cần ông cho tôi một đấu hoặc một thăng nước là cứu sống được tôi. Ông lại nói như vậy, thì chi bằng hãy ra hàng cá khô mà tìm xác tôi!'"

- Trang Tử

东施效颦

【原文】

西施病心而颦。其里之丑人见而美之。妇亦捧心而颦。其里之富人见之，坚闭门而不出；贫人见之，挈妻子而去之走。彼知颦美，而不知颦之所以美。

——《庄子》

【释文】

美女西施因为心口疼痛难忍而紧锁着眉头。她同乡邻家的一个丑妇见了西施这个样子，觉得很美。丑妇也学着西施，捂着胸口，紧锁着眉头。乡里的富人见到了她，连忙关紧大门而不敢出来；穷人见了她，全都携妻牵子跑得远远地。丑妇只知道皱着眉的样子美，却不知西施皱着眉也美是为什么。

Đông Thi học chau mày

Tây Thi có bệnh đau tim, mỗi lần bệnh phát đều chau mày. Trong làng có một cô gái rất xấu tên là Đông Thi, thấy Tây Thi như vậy trông càng đẹp hơn. Cô ta liền bắt chước, ôm ngực, chau mày lại. Người giàu trong làng thấy vậy, đóng chặt cửa không dám ra ngoài. Người nghèo thấy vậy, dắt díu vợ con chạy đi thật xa. Cô ta chỉ biết Tây Thi chau mày rất đẹp, chứ không biết nguyên do tại sao lại đẹp.

- Trang Tử

臧穀亡羊

【原文】

臧与穀二人，相与牧羊，而俱亡其羊。问臧奚事，则挟策读书。问穀奚事，则博塞以游。

二人者，事业不同，其于亡羊，均也。

——《庄子》

【释文】

有名叫臧和穀的两个人，他们一起去放羊，却都把他们的羊弄丢失了。问臧干什么事情去了，原来他是手拿书册在读书。问穀干什么事情去了，原来他是在和别人玩博戏。这两个人，干的事情不一样，但丢失了羊这个结果却是相同的。

Tang Cốc mất dê

Hai chú mục đồng tên là Tang và Cốc cùng đi chăn dê, rồi cùng làm mất dê. Hỏi Tang đã làm gì, nói rằng mải đọc sách. Hỏi Cốc đã làm gì, nói rằng mải đánh cờ, chơi bạc. Hai người đấy, làm việc khác nhau, nhưng kết quả mất dê thì lại giống như nhau.

- Trang Tử

屠龙之技

【原文】

朱泙漫学屠龙于支离益，殚千金之家。三年技成，而无所用其巧。

——《庄子》

【释文】

朱泙漫向支离益学习屠杀龙的技术方法，把家中千金都用光了。三年后，学成了屠杀龙的技术，可是，因为无龙可杀，他的技术也没有地方可以施展。

Học cách giết rồng

Chu Bình Mạn theo Chi Ly Ích học cách giết rồng, tiêu tốn gia sản cả nghìn lạng vàng. Học ba năm thì xong, nhưng chẳng dùng được nghề ấy vào đâu cả.

- Trang Tử

朝三暮四

【原文】

宋有狙公者，爱狙，养之成群，能解狙之意；狙亦得公之心。损其家口，充狙之欲。俄而匮焉，将限其食。恐众狙之不驯于己也，先诳之曰："与若芧，朝三而暮四，足乎？"众狙皆起而怒。俄而曰："朝四而暮三，足乎？"众狙皆伏而喜。

——《列子》

【释文】

宋国有一位养猴子的老人，喜爱猴子，家中养了一大群猴子，老人能够懂得猴子的心思；群猴也懂得老人的心意。老人宁可减少全家人的口粮，也要满足群猴的口腹之欲。不久，老人家中粮食开始匮乏了，打算限制群猴的粮食。但又害怕群猴不听从自己的意见，于是就先骗它们说："我给你们橡树果实，早上给三个，晚上给四个，够了吗？"群猴都发怒得跳起来。过了一会儿，老人又说："早上给四个，晚上给三个，知足了吗？"群猴都趴了下来，十分欢喜。

Sáng ba chiều bốn

Nước Tống có ông Thư rất thích khỉ, nuôi một đàn khỉ, hiểu được ý khỉ, mà khỉ cũng chiều được ý ông. Ông thà giảm bớt thức ăn của người nhà cũng phải cho khỉ ăn no. Không bao lâu sau, ông trở nên nghèo túng, phải giảm bớt thức ăn của khỉ. Sợ khỉ không nghe lời mình, trước tiên lừa chúng rằng: "Ta cho chúng mày hạt dẻ, sáng ba hạt, chiều bốn hạt, được không?" Đàn khỉ đều nhảy nhót tức giận. Lát sau, người nuôi khỉ mới nói: "Thế sáng bốn hạt, chiều ba hạt, đủ chưa?" Đàn khỉ đều ngồi yên, lấy làm vui sướng.

- Liệt Tử

弈秋诲弈

【原文】

弈之为数，小数也。不专心致志，则不得也。弈秋，通国之善弈者也。使弈秋诲二人弈。其一人，专心致志，惟弈秋之为听。一人虽听之，一心以为有鸿鹄将至，思援弓缴而射之。虽与之俱学，弗若之矣。为是其智弗若与？曰：“非然也。

——《孟子》

【释文】

下棋这种技术，虽然是一种雕虫小技，但如果不一心一意的话，那就不能学好。弈秋，是全国最会下棋的人。有人要弈秋同时教两个人下棋。其中一个人一心一意，一切听弈秋的。另外一个人虽然在听，却一门心思想着天鹅快要飞来了，想着要拿带箭绳的弓箭去射它。这样，纵然他和别人一道在学习，但他的成绩却不如人家。难道是因为这个人的聪明比不上人家吗？我说：“不是这样啊。”而是因为他的专注不如人家。

Dịch Thu dạy đánh cờ

Đánh cờ có thể coi là trò chơi nhỏ. Nhưng nếu học không chuyên tâm, sẽ không thể giỏi được. Dịch Thu là tay chơi cờ có tiếng trong nước. Có người mời Dịch Thu dạy hai người đánh cờ. Một đồ đệ, khi học thì hoàn toàn tập trung tinh thần, thầy nói thế nào, anh ta nghe thế đấy. Một đồ đệ khác, tuy cũng nghe đấy, nhưng trong bụng lại nghĩ, đàn vịt trời sắp bay qua, phải lấy cung tên bắn mới được. Tuy cũng học đánh cờ giống như người kia, nhưng kết quả lại không bằng được. Có phải bởi không thông minh bằng không? Đáp rằng: "Không phải vậy!"

- Mạnh Tử

揠苗助长

【原文】

宋人有闵其苗之不长而揠之者。芒芒然归，谓其人曰：“今日病矣！予助苗长矣。”其子趋而往视之，苗则槁矣。

天下之不助苗长者寡矣：以为无益而舍之者，不耘苗者也；助之长者，揠苗者也。非徒无益，而又害之。

——《孟子》

【释文】

宋国有一个人，他担忧自己家的庄稼不怎么快长，就把它们家田里禾苗拔高一点。忙了一天之后，他疲劳地回到家里，对他的家里人说：“今天可把我累坏了！我帮助禾苗长高了一些。”他的儿子小步跑到田地里去看禾苗的情况，发现禾苗都已经枯萎了。

其实天下不帮助禾苗长高快一些的人很少啊：有的人认为培养工作没有用处就放弃了的，就如同种庄稼不给禾苗除草的懒人；而违背客观规律去帮助它生长的就是把禾苗拔高的人。这样不但对事物本身没有好处，相反却是害了它。

Giúp mạ mọc nhanh

Có một người nước Tống sốt ruột vì mạ nhà mình mọc chậm quá, bèn kéo từng cây mạ lên cho cao. Ông ta phờ phạc trở về nhà, bảo với người nhà rằng: "Hôm nay mệt quá! Tôi đã khiến mạ mọc cao thêm nhiều." Người con lấy làm lạ, vội chạy ra đồng xem, thì thấy mạ đã khô héo hết cả. Trong thiên hạ rất hiếm người không giúp mạ mọc nhanh; có người thì cho là vô ích nên bỏ mặc, không cày bừa cho mạ; có người giúp mọc nhanh bằng cách nhổ mạ lên. Như thế không những vô ích, mà còn làm hại nó.

- Mạnh Tử

攘邻之鸡

【原文】

今有人，日攘邻人之鸡者。或告之曰："是非君子之道。"曰："请损之，月攘一鸡。以待来年，然后已。"如知其非义，斯速已矣，何待来年？

——《孟子》

【释文】

现在有一个人他每天偷邻家人一只鸡。有人劝告他说："这不是正派人做事的行为。"他便说："就允许我减少一些，先每个月偷一只鸡。等到明年，然后就可以做到完全不偷。"如果知道这样的行为是不正当的，就赶快终止算了，为什么非要等到明年呢？

Người ăn trộm gà

Có một người, ngày nào cũng đi ăn trộm gà của người khác. Có người khuyên anh ta rằng: “Đấy không phải việc làm của người đứng đắn.“ Anh ta nói: “Hãy cho tôi giảm dần vậy, mỗi tháng chỉ ăn cắp một con thôi. Đến sang năm tôi sẽ cạch hẳn.” Đã biết ăn cắp là không đúng, thì phải lập tức dừng ngay, sao lại cứ phải chờ sang năm?

- Mạnh Tử

涓蜀梁疑鬼

【原文】

夏水之南，有人焉，曰涓蜀梁。其为人也，愚而善畏。明月而宵行，俯见其影，以为伏鬼也。仰视其发，以为立魅也。背而走，比至其家，失气而死。

——《荀子》

【释文】

在夏水河的南面，住着一个名叫涓蜀梁的人。他的为人，愚昧而胆小。有一次，他在明亮月光下走夜路，低头看见他自己的影子，认为是一个蹲伏在地上的鬼。抬头看到自己的头发，又认为是站着的鬼魅。于是转身就回跑，等他跑到家中，由于受到惊吓，就气绝身亡了。

Quyên Thục Lương sợ ma

Phía nam cửa sông Hạ có một người tên là Quyên Thục Lương, rất ngu xuẩn, nhìn thấy cái gì cũng sợ. Một đêm sáng trăng, anh ta đi đường, cúi xuống nhìn bóng mình, ngỡ rằng đó là con ma nằm. Ngửa đầu nhìn tóc mình, cứ ngỡ là con ma đứng. Đành quay mặt lại, hướng về phía mặt trăng, đi giật lùi về nhà, về được đến nhà, anh ta mệt đứt hơi mà chết.

- Tuân Tử

守株待兔

【原文】

宋人有耕田者。田中有株，兔走触株，折颈而死。因释其耒而守株，冀复得兔。兔不可复得，而身为宋国笑。

——《韩非子》

【释文】

宋国有一个耕田的人。他家的田地中竖有一根树桩，有一次，一只飞快奔跑的兔子撞到了树桩上，扭断脖子死掉了。于是他放下手中的农具，日复一日地守候在树桩旁边，希望再次得到撞死的兔子。然而兔子是不可能再得到的了，而他自己却被宋国人耻笑。

Ôm cây đợi thỏ

Nước Tống có người đang cày ruộng. Trong ruộng có một cái cây. Có con thỏ chạy đâm sầm phải gốc cây, gãy cổ mà chết. Từ đó trở đi, người này không làm gì cả, cứ ngồi dưới gốc cây mà đợi thỏ chạy đến. Đã không nhặt được con thỏ nào nữa, mà còn bị cả nước Tống cười chê.

- Hàn Phi Tử

自相矛盾

【原文】

楚有鬻盾与矛者。誉之曰："吾盾之坚，物莫能陷也。"又誉其矛曰："吾矛之利，于物无不陷也。"或曰："以子之矛，陷子之盾，何如？"其人弗能应也。

——《韩非子》

【释文】

楚国有一位卖盾和矛的人。他夸赞自己的盾说："我的盾非常坚固，没有任何东西能刺穿它。"他又夸耀自己的矛说："我的矛十分锐利，没有任何东西是刺不透的。"有人对他说："那用您的矛，刺您的盾，结果会怎么样呢？"那人却不能回应了。

Tự mâu thuẫn

Nước Sở có người bán mâu (giáo) và thuẫn (khiên). Anh ta khen rằng: "Cái thuẫn này của tôi rất chắc, không cái gì có thể đâm thủng được." Lát sau lại khoe: "Cái mâu này của tôi rất nhọn, có thể đâm thủng bất cứ cái gì." Có người hỏi: "Dùng mâu của anh đâm thuẫn của anh, thì thế nào?" Người kia ngớ ra, không sao trả lời được.

- Hàn Phi Tử

买椟还珠

【原文】

楚人有卖其珠于郑者，为木兰之柜，熏以桂椒，缀以珠玉，饰以玫瑰，缉以翡翠。郑人买其椟而还其珠。此可谓善卖椟矣，未可谓善鬻珠也。

——《韩非子》

【释文】

有一个在郑国卖珍珠的楚国人，他用名贵木兰香木雕刻了一个精致的装珍珠的匣子，用桂木和花椒把匣子熏香，用珠玉镶缀，用玫瑰布饰，用翡翠点缀边沿。郑国有个人买他的匣子，却还给他匣子里的珍珠。可以说这个楚国人很擅长卖盒子，却不能说他很擅长卖珍珠啊。

Mua hộp trả châu

Nước Sở có người sang nước Trịnh bán trân châu, dùng gỗ quý làm hộp đựng, dùng hoa quế và hạt tiêu hun cho rõ thơm, khảm nhiều đá quý, cẩn ngọc mai côi, viền ngọc phỉ thuý. Người nước Trịnh chỉ mua cái hộp mà trả lại viên trân châu. Như thế chỉ có thể nói là khéo bán hộp chứ không khéo bán trân châu.

- Hàn Phi Tử

郑人买履

【原文】

郑人有且置履者，先自度其足而置之其坐。至之市，而忘操之，已得履，乃曰："吾忘持度。"反归取之。乃反，市罢，遂不得履。人曰："何不试之以足？"曰："宁信度，无自信也。"

——《韩非子》

【释文】

有一个想要买鞋子的郑国人，先测量一下自己的脚并把尺寸大小记下，放在自己家中座位上。等到了集市上的时候，却发现忘记带上记录了，在卖鞋的地方已经选择好了鞋，于是就说："我忘了带已经测量好的尺寸了。"于是回家去取尺寸。等他返回来时，集市已散，于是在集市上没有买到鞋。有人问他："你为什么不用自己的脚试一试鞋子呢？"他回答说："我宁可相信测量好的尺寸，也不愿相信自己的脚。"

Người Trịnh mua giày

Nước Trịnh có người muốn mua giày, trước khi đi anh ta dùng dây đo chân mình rồi đặt dây lên ghế. Khi anh ta đi chợ, lại quên mang theo, chọn xong giày, mới sực nhớ ra nói: "Tôi quên mang dây đo." Liền chạy về nhà lấy. Đợi đến khi quay lại, chợ đã tan, nên không mua được giày. Có người hỏi anh ta: "Sao anh không đi thử vào chân xem có vừa không?" Anh ta nói: "Tôi chỉ tin cái dây đã đo, chứ không tin vào chân mình."

- Hàn Phi Tử

水蛇装神

【原文】

涸泽，蛇将徙，有小蛇谓大蛇曰：“子行而我随之，人以为蛇之行者耳，必有杀子者。不如相衔，负我以行，人以我为神君也。”乃相衔负以越公道。人皆避之，曰：“神君也！”

——《韩非子》

【释文】

池塘里水干了，水蛇需要搬家，其中有一条小蛇对一条大蛇说：“你在前面爬行，而我跟着你爬行，人类看见了会认为不过是一般的蛇爬行而已，一定会有人杀死你。不如相互衔着，你背负着我爬行，人类会把我们当做神呢。”于是互相衔着尾巴，大蛇背负着小蛇穿越过了大路。人类都为它们避让道路，说：“这是神啊！”

Rắn đóng giả thần

Nước ao cạn hết, rắn phải chuyển nhà, rắn bé bảo rắn to rằng: "Anh đi trước tôi đi sau, người ta nhìn thấy chỉ là con rắn bò đi mà thôi, sẽ đánh chết anh. Chi bằng anh cắn lấy đuôi tôi, tôi lại cắn lấy đuôi anh, anh cõng tôi đi, người ta sẽ tưởng chúng ta là thần." Thế là cắn lấy đuôi nhau cõng nhau bò qua đường. Người đi đường đều dạt ra tránh, nói rằng: "Thần đấy!"

- Hàn Phi Tử

郑人争年

【原文】

郑人有相与争年者。一人曰："吾与尧同年。"其一人曰："吾与黄帝之兄同年。"讼此而不决，以后息者为胜耳。

——《韩非子》

【释文】

郑国有两个人在相互争说自己年纪比另外一个年岁大。其中一个人说："我和尧帝同年。"另一个人说："我和黄帝的哥哥同年。"一直为此争吵而不分胜负，直到最后停止争论的那个人才是胜利者。

Cãi nhau vô bổ

Hai người nước Trịnh cãi cọ về tuổi tác. Một người nói: "Ta bằng tuổi vua Nghiêu." Người kia nói: "Ta bằng tuổi anh của Hoàng Đế." Cứ cãi nhau như vậy mãi không bao giờ rõ ai đúng ai sai, đành phải coi người nói câu sau cùng là kẻ thắng cuộc.

- Hàn Phi Tử

滥竽充数

【原文】

齐宣王使人吹竽，必三百人。南郭处士请为王吹竽。宣王说之，廪食以数百人。

宣王死，湣王立，好一一听之。处士逃。

——《韩非子》

【释文】

齐宣王喜好让人演奏吹竽这种乐器，一定需要几百人共同演奏。有一个没有做过官的南郭先生也肯求给齐宣王演奏吹竽。这让宣王感到很愉快，于是官府提供给南郭先生的食物与那几百人的食物一样。

齐宣王去世了之后，齐湣王继承了王位，可是他喜欢听人一个一个地独奏吹竽。南郭先生因自己不会吹竽只好逃走了。

Thổi sáo

Tề Tuyên Vương mỗi lần nghe thổi sáo phải có ba trăm người hợp tấu. Ông Nam Quách xin vào thổi sáo cho vua nghe. Tuyên Vương rất vui, trả bổng lộc giống như mấy trăm người kia.

Tuyên Vương băng hà, thái tử lên ngôi. Vua mới chỉ thích nghe từng người độc tấu. Ông Nam Quách đành phải chuồn.

- Hàn Phi Tử

弓与箭

【原文】

一人曰："吾弓良，无所用矢！"一人曰："吾矢善，无所用弓！"羿闻之曰："非弓何以往矢？非矢何以中的？"会合弓矢，而教之射。

——《韩非子》

【释文】

有一个人说："我的弓非常好，不需要用什么箭！"另一个人说："我的箭非常好，不需要用什么弓！"后羿听到他们两个人的对话，对他们说道："假如没有弓，你用什么发出箭？如果没有箭，你又用什么东西射中目标？"后羿把他们的弓和箭聚拢在一起，然后教他们学习射箭。

Cung và tên

Một người nọ khoe rằng: "Ta có chiếc cung quý này, không cần đến tên." Một người kia cũng khoe: "Ta có mũi tên quý này, không cần đến cung." Hậu Nghệ nghe hai người khoe vậy, liền nói: "Không có cung thì lấy gì bắn tên? Không có tên thì lấy gì bắn trúng?" Rồi bảo hai người hợp cung tên lại, dạy cho họ học bắn.

- Hàn Phi Tử

黎丘老丈

【原文】

梁北有黎丘部，有奇鬼焉，喜效人之子侄、昆弟之状。邑丈人有之市而醉归者，黎丘之鬼效其子之状，扶而道苦之。

丈人归，酒醒，而诮其子曰："吾为汝父也，岂谓不慈哉？我醉，汝道苦我，何故？"其子泣而触地曰："孽矣！无此事也。昔也往责于东邑，人可问也。"其父信之，曰："嘻！是必乎夫奇鬼也！我固尝闻之矣。"

明日端复饮于市，欲遇而刺杀之。明旦之市而醉，其真子恐其

【释文】

大梁城的北部地方有座叫黎丘的小山，那里经常有个奇异的鬼出没，它喜欢仿效扮成人家的儿子、侄子、兄弟的模样。有一次，附近村中的一个老人到集市上喝酒，后来醉醺醺地往家走，黎丘的鬼就打扮成他的儿子的模样，搀扶着他却在路上让他受尽苦头。老人回到家，醒了酒后就大声责骂他的儿子，说："我是你的父亲啊，难道我为你做的还不好吗？当我喝醉的时候，你就在路上那么让我受罪，你这是为什么？"老人的儿子伤心委屈地痛哭，跪在地上磕着头说："冤枉啊！我没有做这样忤逆的事情啊！昨天你去喝酒的这段时间，我也到村东向人家讨债，你如果不信，可以去问人家。"他的父亲相信他说的话，自言自语说："呵呵！那就一定是那奇异鬼干的，我原本就曾经听说过这种离奇事的啊！"

第二天老人特意又到集市上去喝酒，心想如果再碰到这个鬼就要将它刺杀死。第二天清早，老人在集市上又是醉醺醺的了，他自

Cụ già Lê Khâu

Vùng Lê Khâu phía bắc thành Đại Lương có một con ma lạ, thích hoá thành con cháu, anh em nhà người ta. Trong ấp có một cụ già, ra chợ uống rượu, say tuý luý trở về nhà. Con ma Lê Khâu liền biến thành con trai cụ, dìu đi trên đường, hành hạ khổ sở vô cùng.

Cụ già về đến nhà, hôm sau tỉnh rượu, hỏi con: "Tao là bố mày, đối xử với mày có điều gì không phải? Tại sao tao uống rượu say, trên đường về mày lại làm khổ tao?" Người con khóc lóc, phân bua nói: "Rõ là oan uổng cho con! Làm gì có chuyện này. Hôm qua con sang xóm đông đòi nợ, bố hãy hỏi người ta xem." Cụ già tin lời, nói: "Hừm! Nhất định là con ma kia rồi! Cha nghe nói về nó đã lâu."

Cụ già dự định hôm sau ra chợ uống rượu, hễ gặp sẽ đâm chết con ma. Sáng hôm sau ra chợ uống say, con trai sợ cụ không

【原文】

父之不能反也，遂逝迎之。丈人望见真子，拔剑而刺之。丈人智惑于似其子者，而杀其真子。夫惑于似士者而失于真士，此黎丘丈人之智也。

——《吕氏春秋》

【释文】

己的真儿子担心父亲醉酒不能安全返回家里，就前往老人回来的路上去迎接他。老人看见自己真正的儿子，以为还是上次鬼怪扮成的，从身上拔出剑来就去刺杀他。老人的智识被扮他儿子的鬼怪迷惑了，因而他刺死了自己真正的儿子。那些真贤士被假的贤士迷惑的人，遇见了真正的贤士，反而不能辨识，他们的见识其实与黎丘老人的智识是一样的啊！

về nhà được, liền đi đón cha. Cụ già thấy con, lập tức rút kiếm đâm luôn. Cụ già đã bị con ma giống người con đánh lừa, mà giết mất đứa con thật của mình. Những người bị kẻ giống như hiền sĩ đánh lừa mà mất đi hiền sĩ thật, trí tuệ cũng giống như cụ già Lê Khâu mà thôi.

- Lã thị xuân thu

赶 马

【原文】

宋人有取道者，其马不进，倒而投之溪水；又复取道，其马不进，又倒而投之溪水。如此者三。

虽造父之所以威马，不过此矣。不得造父之道，而徒得其威，无益于御。

——《吕氏春秋》

【释文】

宋国有一个骑着马赶路的人，在途中，他的马怎么也不肯前行，这个人就把马痛打倒地，然后投掷到溪水中；接着骑马又继续上路前行，他的马仍然不肯向前行进，他又把马痛打倒地投掷到溪水里。用这种方法驱赶马的情况发生过很多次。

即使是造父用来震吓马以树立威严的方法，也不过这样啊。没有掌握造父驾驭马的方法，而只知道吓唬马来树立威严，这对驾驭马实在是没有多少好处的。

Đánh ngựa

Có người nước Tống đánh xe ngựa đi đường, nhưng con ngựa không chịu tiến lên, người này bèn đánh ngã con ngựa rồi xô xuống suối; rồi lại đi tiếp, nhưng con ngựa vẫn không chịu đi nữa, người này lại đánh ngã con ngựa rồi xô xuống suối. Cứ lặp đi lặp lại như vậy.

Cách mà Tạo Phụ dùng để hù doạ ngựa, cũng là như thế. Nhưng chưa học được bản lĩnh đánh ngựa như Tạo Phụ, mà chỉ biết hù doạ ngựa, cũng phỏng có ích gì cho việc đánh xe?

- Lã thị xuân thu

刻舟求剑

【原文】

楚人有涉江者，其剑自舟中坠于水。遽契其舟，曰："是吾剑之所从坠。"

舟止，从其所契者入水求之。舟已行矣，而剑不行。求剑若此，不亦惑乎？

——《吕氏春秋》

【释文】

楚国有一个乘船过江的人，他的剑从船上掉到水里了。于是，他立即在船帮沿上刻画了一点记号，对人说："我的剑是从刻记号这个地方掉下去的。"

船到对岸边停下之后，这个楚国人从刻了记号的地方跳下水去寻找他掉的剑。船离掉剑的地方已经走出很远，而剑却没有跟着船在行走。用这种方法去寻找自己掉的剑，这不是太糊涂了吗？

Đánh dấu thuyền tìm kiếm

Có người nước Sở đi thuyền qua sông, ngồi trên thuyền, vô tình để kiếm rơi xuống sông. Bèn vội vàng khắc dấu vào mạn thuyền, nói: "Kiếm của ta rơi ở chỗ này."

Thuyền cập bến, bèn theo dấu khắc trên mạn thuyền nhảy xuống sông mò. Thuyền đã đi rồi, mà kiếm không đi. Tìm kiếm bằng cách này, chẳng phải ngu độn lắm ư?

- Lã thị xuân thu

割肉自啖

【原文】

齐之好勇者，其一人居东郭，其一人居西郭。卒然相遇于途，曰："姑相饮乎！"觞数行，曰："姑求肉乎？"一人曰："子，肉也；我，肉也。尚胡革求肉而为？于是具染而已。"因抽刀而相啖，至死而止。

——《吕氏春秋》

【释文】

齐国有两个自己吹嘘自己勇敢的人，其中一个人居住在城的东面，另一个人居住在城的西面。有一天，两个人在道路上突然不期而遇，一个人说："真是难得见面，我们姑且去喝酒吧。"喝了几轮酒后，一人说："到哪里寻找点肉呢？"另一人说："你，身上是肉；我，身上也是肉。这样你还另外寻找肉干什么？在这里准备点蘸肉的豆酱就行了。"于是他们拔出刀子相互割肉就酒吃，直到都死了才停止。

Cắt thịt tự ăn

Nước Tề có hai người hiếu dũng, một người ở ngoài cửa đông, một người ở ngoài cửa tây. Một hôm, hai người bất ngờ gặp nhau ở trên đường. Một người nói: “Hãy đi uống rượu!“ Uống được vài chén, một người nói: “Muốn ăn thịt không?” Dũng sĩ kia nói: “Anh là thịt; tôi cũng là thịt. Hà tất phải mua thịt khác để ăn.” Rồi rút dao ra anh cắt thịt tôi, tôi cắt thịt anh ăn, cho đến kỳ chết.

- Lã thị xuân thu

掩耳盗钟

【原文】

范氏之亡也，百姓有得钟者。欲负而走，则钟大不可负。以椎毁之，钟况然有音。恐人闻之而夺己也，遽掩其耳。

恶人闻之，可也；恶己自闻之，悖矣。

——《吕氏春秋》

【释文】

范氏兵败逃跑的时候，老百姓当中有人趁机偷得了一口大钟。这个人就想背着钟一起逃跑，但是因钟太大太重不可能背得动。于是，他就想用铁锤子把钟砸碎然后再背走，可是在捶打时，那口钟发出巨大的声音。他害怕别人听到钟声而把这大钟抢夺走，于是，他急忙紧紧捂住自己的耳朵继续捶打。

捶打大钟，害怕别人听到钟声，这可以理解；但是捂住耳朵自己听不到钟声就以为别人也会听不到钟声，这也就太荒谬了吧。

Bịt tai trộm chuông

Họ Phạm nước Tấn bại trận chạy trốn, người dân lấy được cái chuông nhà họ. Định cõng chuông đi, nhưng chuông lớn quá không thể cõng được. Bèn lấy búa định đập vỡ cái chuông ra, nhưng chuông kêu boong boong rất lớn. Sợ người khác nghe thấy đến cướp của mình, anh ta bèn bịt tai mình lại. Sợ người khác nghe thấy, có thể hiểu được. Sợ tự mình nghe thấy, thật quá ngu đần.

- Lã thị xuân thu

医竘治背

【原文】

有医竘者，秦之良医也。为宣王割痤，为惠王治痔，皆愈。张子之背肿，命竘治之。谓竘曰："背非吾背也，任子制焉。"治之遂愈。竘诚善治疾也，张子委制焉。夫身与国，亦犹此也。必有所委制，然后治矣。

——《尸子》

【释文】

有个名叫竘的医生，是秦国的著名医生。他为宣王割掉了痤疮，又为惠王治疗了痔疮，现在他们都完全治愈好了。丞相张仪的背肿了，他派人叫竘来为他治疗。张仪对竘说："你不要把这背再当作我的背，您随意用什么方法去治疗。"医竘又把张仪的背病治愈好了。竘果真善于治疗各种疾病，张仪又能全权委托他治疗。其实，医治身体与治理国家一样，也是这样的道理。必须高度信任，放手让别人施展才干，这样才会得到治理。

Thầy thuốc chữa lưng

Nước Tần có một danh y nổi tiếng tên là Củ, đã chữa khỏi bệnh ung nhọt cho Tuyên Vương, lại chữa khỏi bệnh trĩ cho Huệ Vương. Trương Nghi lưng bị sưng, bèn gọi danh y Củ đến chữa. Trương Nghi nói với danh y Củ rằng: "Lưng này không phải là lưng tôi, cứ tuỳ ông chữa." Sau đó chữa khỏi. Cố nhiên là do tài của thầy thuốc, và còn do Trương Nghi tín nhiệm thầy thuốc. Trị thân trị quốc, đều như vậy cả. Đều cần phải tin tưởng người khác, mới trị được.

- Thi Tử

黄金万两

【原文】

齐人有东郭敞者，犹多愿，愿有万金。其徒请赒焉，不与，曰：“吾将以求封也。”其徒怒而去之宋。曰：“此爱于无也，故不如以先与之有也。”

——《商子》

【释文】

齐国有一个人名叫东郭敞，在和徒弟一起聊天说话的时候，说出了自己的很多愿景，希望拥有万两黄金。东郭敞的徒弟向他请求，等东郭敞拥有万两黄金的时候接济一下徒弟，东郭敞却明确地对徒弟表明不愿接济，说：“我将用万两黄金来谋求官位呢。”他的弟子听了十分生气，并离开他去了宋国。有人说：“对于没有到手的虚无东西都这么吝啬，还不如先答应徒弟的请求，这样徒弟也不会离开他，仍然能够替他卖力。”

Một vạn lạng vàng

Nước Tề có ông Đông Quách Sưởng, một hôm cùng học trò chuyện vãn, nói ra rất nhiều nguyện vọng, mong ước được một vạn lạng vàng. Một học trò nghe thấy vậy, thì xin chia bớt cho mình, ông Đông Quách không cho, nói: "Ta định dùng tiền đó để mua chức quan đấy." Học trò nghe vậy, đều tức giận bỏ đi sang nước Tống. Mới nói, tiếc nuối cái chưa có, chi bằng mang nó tặng cho người đã có.

- Thương Tử

哭妈妈

【原文】

东家母死，其子哭之不哀。西家子见之，归谓其母曰：“社何爱速死？吾必悲哭社。”

其欲其母之死者．虽死也不能悲哭矣。

——《淮南子》

【释文】

东边有家人的老母亲去世了，她的儿子对老母亲的死表现得并不伤悲。西边有家人的儿子看见了这种情形，回到家就问他的母亲，说：“母亲您怎么不快点死呢？假如您死了之后，我必定会非常伤心地痛哭。”

一个想要自己母亲快点死的人，即使母亲死了，他也不可能多么悲伤痛苦的。

Khóc mẹ

Một người ở xóm đông chết mẹ, anh con khóc không thương tâm lắm. Người con ở xóm tây thấy vậy, quay về nói với mẹ rằng: "Sao mẹ không mau chết đi? Nếu mẹ chết, dứt khoát con sẽ khóc cho ra trò." Kẻ mong mẹ mình chết đi, cho dù mẹ anh ta có chết thật, cũng không thể biết khóc thương.

- Hoài Nam Tử

楚人卖母

【原文】

郢人有鬻其母者，为请于买者曰："此母老矣，幸善食之，而勿苦也。"

——《淮南子》

【释文】

楚国有一个把母亲卖给人家做奴婢的人，和母亲临分别时，还假慈悲地替母亲在向买者恳求说："这位老母亲已经很年迈了，希望您好好地奉养善待她，别让她多受苦。"

Người Sở bán mẹ

Nước Sở có người bán mẹ cho người ta làm nô lệ, rồi cầu xin chủ mua rằng: "Người mẹ già này tuổi đã cao, xin hãy cho bà ăn uống đầy đủ, đừng để phải vất vả quá."

- Hoài Nam Tử

人变虎

【原文】

昔公牛哀转病也，七日化为虎，其兄掩户而入觇之，则虎搏而杀之。是故文章成兽，爪牙移易，志与心变，神与形化。方其为虎也，不知其尝为人也；方其为人也，不知其且为虎也。

——《淮南子》

【释文】

以前公牛哀患有狂病，七天后变成了老虎，他的哥哥推开门进去探望时看到了这一切，这老虎扑上来咬死了哥哥。因此人的外形变成了兽类，手脚变成了尖爪，牙齿变成利齿，心志情感，神形都发生了转变。当公牛哀变成老虎的时候，并不知道自己曾经是人，当公牛哀还是人的时候，并不知道将要变成老虎。

Biến thành hổ

Xưa Công Ngưu Ai bị bệnh lạ, bảy ngày sau biến thành con hổ, người anh của Công Ngưu Ai đóng cửa, đi vào xem, liền bị hổ nhảy ra vồ, ăn thịt. Cho nên con người biến thành dã thú, sẽ mọc vuốt, mọc răng dã thú, lòng biến theo tâm, thần biến theo hình. Khi nó biến thành hổ thì đâu có biết đã từng là con người; khi nó là người thì đâu có biết rồi một ngày sẽ biến thành hổ.

- Hoài Nam Tử

瞎子和跛子

【原文】

寇难至，躄者告盲者，盲者负而走，两人皆活。得其所能也。

——《淮南子》

【释文】

当贼寇侵扰这一大难来临的时候，跛脚的人把这件事告诉了眼睛瞎的人，瞎子背着跛子逃跑，两个人都活命了。这是由于他们各自发挥了自己的特长。

Anh mù và anh thọt

Giặc cướp kéo đến làm loạn, anh thọt báo tin cho anh mù, anh mù cõng anh thọt bỏ chạy, hai người đều thoát chết. Đó là nhờ đã phát huy được sở trường của mỗi người.

- Hoài Nam Tử

三人成虎

【原文】

庞恭与太子质于邯郸，谓魏王曰：“今一人言市有虎，王信之乎？”王曰：“否。”“二人言市有虎，王信之乎？”王曰：“寡人疑之矣。”“三人言市有虎，王信之乎？”王曰：“寡人信之矣。”庞恭曰：“夫市之无虎明矣，然而三人言而成虎。今邯郸去大梁也远于市，而议臣者过于三人矣。愿王察之矣。”王曰：“寡人自为知。”于是辞行，而谗言先至。后太子罢质，果不得见。

——《战国策》

【释文】

战国时期，庞恭要陪魏国太子去邯郸做人质。在临行之前，庞恭对魏王说：“要是现在有一个人跑来向您汇报说，热闹的集市上出现了一只大老虎，大王您相不相信这件事？”魏王答道：“我不会相信！”庞恭又问魏王：“如果同时有两个人跑来对您说，热闹的集市上有一只大老虎，您会相信吗？”魏王回答说：“我会开始怀疑这件事了。”庞恭接着问魏王：“那么如果要是三个人都跑来向您汇报说集市上有只大老虎时，您会相信吗？”魏王想了一会儿回答：“我会相信这件事了。”于是庞恭就劝诫魏王：“集市上不会有老虎，这是明显不过的事情。可是经过三个人这么一说，就会好像真的有了老虎了。现在赵国国都邯郸距离魏国国都大梁，比这里到街市远了许多，非议我的人可能超过三个以上。希望大王对待非议要清楚看待。”魏王对庞恭说道：“我自己知道该怎么处理。”于是，庞恭告辞远行。可是，诽谤庞恭的话早已传到魏王那里。后来结束做人质的太子回到国内，庞恭跟着回来后，果然再也没有被魏王召见了。

Ba người thành hổ

Bàng Cung theo thái tử đến Hàm Đan làm con tin, trước khi đi, nói với Nguỵ Vương rằng: "Nay có một người nói ngoài phố có hổ, nhà vua có tin không?" Nhà vua đáp: "Không tin." "Vậy hai người nói ngoài phố có hổ, nhà vua có tin không?" Vua nói: "Quả nhân sẽ thấy ngờ." "Vậy ba người nói ngoài phố có hổ, nhà vua có tin không?" Nhà vua nói: "Quả nhân tin rồi." Bàng Cung nói: "Rõ ràng là ngoài phố không thể có hổ, nhưng ba người nói sẽ thành có hổ. Nay Hàm Đan cách Đại Lương xa hơn ngoài phố nhiều, mà kẻ bàn tán còn nhiều hơn ba người. Mong nhà vua soi xét cho kỹ." Vua nói: "Quả nhân biết rồi." Bàng Cung từ biệt lên đường, đã có người sàm tấu ngay. Sau thái tử trở về nước, quả nhiên không được triệu kiến.

- Chiến Quốc sách

鹬蚌相争

【原文】

蚌方出曝，而鹬啄其肉。蚌合而钳其喙。鹬曰:“今日不雨，明日不雨，既有死蚌！”蚌亦谓鹬曰:“今日不出，明日不出，既有死鹬！”两者不肯相舍，渔者得而并禽之。

——《战国策》

【释文】

在河边，蚌从水里出来张开自己的壳在晒太阳，一只鹬鸟飞过来啄它的肉。蚌合起了自己的壳，夹住鹬鸟的尖嘴。鹬鸟对蚌说:“今天不下雨，明天也不下雨，就会有干死的蚌了！”蚌也对鹬鸟说:“今天我不放开你的嘴，明天我也不放开你的嘴，你也就会成为饿死的鸟！”鹬蚌双方都不肯相互退让，结果一个渔人走过来把它们都一起抓走了。

Cò trai tranh nhau

Con trai há miệng ra nằm phơi nắng, con cò liền mổ vào thịt trai. Con trai vội ngậm miệng cắp chặt lấy mỏ cò. Cò nói: "Hôm nay không mưa, ngày mai không mưa, thế nào trai cũng chết." Trai nói: "Hôm nay không mở miệng, ngày mai không mở miệng, thế nào cò cũng chết." Hai bên đều không chịu nhả nhau ra, có người đánh cá đi qua, chộp được cả trai lẫn cò.

- Chiến Quốc sách

直呼母名

【原文】

宋人有学者，三年反，而名其母。其母曰：“子学三年，反，而名我者何也？’ 其子曰：‘吾所贤者不过尧舜，尧舜名。吾所大者无大天地，天地名。今母贤不过尧舜，母大不过天地，是以名母也。”其母曰：“子之于学者，将尽行之乎，愿子之有以易名母也。子之于学也，将有所不行乎，愿子之且以名母为后也。

——《战国策》

【释文】

宋国有一个在外面学习的人，求学三年后，返回到自己家中居然直呼他母亲的名字。他的母亲对儿子说：“你在外面学习了三年，现在返回到家却直呼我的名字，这是为什么呢？”她的儿子回答说：“我认为天下圣贤的人，没有人能够超过尧、舜的，尧、舜都可以直呼其名；我认为大的东西，没有大得过天与地的，可是人们对天地也直呼它们的名字。现如今母亲你的贤不会超过尧与舜，母亲你的大不可能超过天与地，所以也就直呼母亲的名字。”他的母亲说：“你对于你所学的，准备全部按照来执行吗？希望你改掉直呼母亲名字的这种做法；你对于你所学的，会有实行不了的吗？希望你姑且把直呼母亲名字的这件事延后实行。”

Gọi thẳng tên mẹ

Nước Tống có một thư sinh, ra ngoài đi học ba năm mới trở về nhà, gọi thẳng tên mẹ mình. Người mẹ nói: "Con đi học ba năm, về nhà lại gọi tên mẹ ra là cớ làm sao?" Người con đáp: "Thánh hiền không ai hơn được Nghiêu, Thuấn, con chỉ gọi Nghiêu, Thuấn. Rộng lớn không gì hơn trời đất, con chỉ gọi trời đất. Mẹ dù hiền cũng không vượt được Nghiêu, Thuấn, mẹ dù lớn cũng không vượt được trời đất, nên con chỉ gọi tên mẹ." Người mẹ nói: "Nếu như con thực hành được hết những điều mà con học, thì con cứ việc gọi thẳng tên mẹ. Nếu con chưa thực hành hết được những điều con học, thì con hãy gác lại việc gọi thẳng tên mẹ đi."

- Chiến Quốc sách

卞庄子刺虎

【原文】

卞庄子欲刺虎，馆竖子止之，曰：“两虎方且食牛，食甘必争，争则必斗，斗则大者伤，小者死，若从伤而刺之，一举必有双虎之名。”卞庄子以为然，立须之。有顷，旋两虎果斗，大者伤，小者死。庄子从伤者而刺之，一举果有双虎之功。

——《史记》

【释文】

卞庄子要去刺杀老虎，馆内的后生连忙阻止他，对他说：“两只老虎正要去吃一头牛，当它们吃到酣畅的时候一定会互相争抢牛肉，那么争抢的结果就一定会相互打斗，相互打斗的结果就一定会是大的老虎受伤，小的老虎死亡，你等到它们受伤的时候，再用剑刺杀老虎，那么你就得到一剑杀死两只老虎的美名。”卞庄子认为他说的是对的，就站在那里看着两只老虎。过了一会儿，两只老虎果然打斗起来了。结果是大的老虎受了重伤，而小的老虎被斗死了，这时卞庄子用剑朝那只受伤的大虎刺去，一剑果然有杀死两只老虎的成效。

Biện Trang Tử đánh hổ

Dũng sĩ Biện Trang Tử định đi giết hổ, thằng hầu trong nhà bèn ngăn lại, nói: "Hai con hổ đang định ăn thịt trâu, ham ăn ắt sẽ tranh nhau, tranh nhau ắt sẽ đánh nhau, đánh nhau thì con mạnh sẽ bị thương, con yếu sẽ chết, ông hãy tìm con bị thương mà đâm, chỉ một đòn là có tiếng giết được hai hổ." Biện Trang Tử cho là đúng, bèn đứng đợi. Chốc sau, hai con hổ quả nhiên đánh nhau, con to bị thương, con nhỏ chết. Biện Trang Tử đâm chết con to, dễ dàng lập công giết hai hổ.

- Sử ký

不死之药

【原文】

有献不死之药于荆王者，谒者操以入。中射之士问曰：“可食乎？”曰：“可。”因夺而食之。王怒，使人杀中射之士。中射之士使人说王曰：“臣问谒者，谒者曰可食，臣故食之。是臣无罪，而罪在谒者也。且客献不死之药，臣食之而王杀臣，是死药也。王杀无罪之臣，而明人之欺王。”王乃不杀。

——《战国策》

【释文】

有个人献给楚王一种据说吃了可以长生不死的药，敬献者拿着药进入宫中。宫中卫士问拜见者道：“这东西可以吃吗？”敬献者回答说：“可以吃。”于是宫中卫士就抢过来吃掉了不死之药。楚王知道了这件事非常愤怒，准备派人去杀死宫中卫士。宫中卫士请求人向楚王辩解说：“我曾问过进献者，这不死之药是否能吃，敬献者说可以吃，我因此把它吃了。这说明我没有什么罪，应该有罪的是敬献者，况且敬献者献的是不死的药，现在我把这不死的药吃了，您却派人要杀死我，那么这药就是吃了让人死的药了。大王您杀我这个无罪的人，这就表明敬献者诓骗了大王您。”楚王听了他的辩解，于是就没有杀他了。

Thuốc trường sinh bất tử

Có người dâng lên Sở Vương phương thuốc trường sinh bất tử, quan truyền lệnh mang viên thuốc vào cung. Thị vệ canh cổng bèn hỏi: "Thuốc này có ăn được không?" Đáp rằng: "Ăn được!" Thị vệ liền giật lấy thuốc mà ăn. Nhà vua nổi giận, hạ lệnh bắt thị vệ đem giết. Thị vệ nhờ người tâu với nhà vua rằng: "Thần hỏi quan truyền lệnh, ông ta nói ăn được, nên thần mới ăn. Thế là thần vô tội, mà tội ở quan truyền lệnh. Vả chăng người dâng thuốc nói thuốc này ăn vào thì không chết nữa, thần mới ăn mà nhà vua đã giết thần, nên đó là thuốc chết. Nhà vua giết kẻ vô tội, chứng tỏ người kia lừa gạt nhà vua." Vua nghe bèn tha không giết nữa.

- Chiến Quốc sách

邹忌比美

【原文】

邹忌修八尺有余，而形貌昳丽。朝服衣冠，窥镜，谓其妻曰：“我与城北徐公孰美？”其妻曰：“君美甚，徐公何能及君也！”城北徐公，齐国之美丽者也。忌不自信，而复问其妾曰：“吾与徐公孰美？”妾曰：“徐公何能及君也！”旦日，客从外来，与坐谈，问之：“吾与徐公孰美？”客曰：“徐公不若君之美也。”

明日，徐公来。孰视之，自以为不如；窥镜而自视，又弗如远甚。暮寝而思之曰：“吾妻之美我者，私我也；妾之美我者，畏我也；客之美我者，欲有求于我也。”

——《战国策》

【释文】

邹忌身高有八尺多，容貌美丽出众。有一天早晨，他穿上衣服，戴好帽子，照了照镜子，对他的妻子说：“我和城北的徐公相比较，哪一个更美？”他的妻子说：“夫君您太美了，徐公怎么能赶得上您的美丽啊！”城北的徐公，是齐国的一个美男子。邹忌不相信自己会比徐公美丽，于是又问他的妾说：“我和城北的徐公相比谁更美？”妾对他说：“徐公的美丽怎么能赶得上您啊！”第二天早上，有位客人从外面来拜访，邹忌和他坐着闲谈聊天，就问这位客人说：“我和徐公相比，哪一个更美丽？”客人回答说：“徐公的容貌不如您美丽。”

又过了一天，城北徐公来了。邹忌仔细端详徐公，邹忌认为自己容貌比不上徐公美丽；又照着镜子看一看自己，觉得自己容貌比徐公差得太远了。晚上，他躺在床上要睡觉的时候思考这件事，心里想道：“我的妻子认为我更美，是因为偏爱我；妾认为我更美，是因为害怕我；客人认为我更美，想必是有求于我啊！”

So xem ai đẹp

Trâu Kỵ mình cao hơn tám thước, dung mạo đường hoàng. Sáng hôm đó, ông ăn mặc chỉnh tề, soi gương, quay sang hỏi vợ cả: "Ta so với ông Từ ở thành bắc, ai đẹp hơn?" Người vợ cả nói: "Ông đẹp lắm, ông Từ so thế nào được." (Ông Từ ở thành bắc là người đẹp trai nổi tiếng nước Tề). Trâu Kỵ không tin, lại đi hỏi vợ lẽ: "Ta so với ông Từ ai đẹp hơn?" Người vợ lẽ nói: "Ông Từ so với ông thế nào được." Hôm sau, có người khách đến chơi, cùng ngồi trò chuyện, Trâu Kỵ lại hỏi: "Ta so với ông Từ ai đẹp hơn?" Người khách nói: "Ông Từ đâu đẹp bằng ông được!"

Hôm sau, ông Từ thành bắc đến chơi, Trâu Kỵ nhìn kỹ, thấy mình không đẹp bằng, lại đi soi gương, thấy mình kém xa ông Từ thật. Đến đêm, ông mới nghĩ ra: "Vợ cả bảo mình đẹp là yêu mình; vợ lẽ bảo mình đẹp là sợ mình; còn ông khách khen mình đẹp là có việc định nhờ mình."

- Chiến Quốc sách

狐假虎威

【原文】

虎求百兽而食之，得狐。狐曰："子无敢食我也！天帝使我长百兽；今子食我，是逆天帝命也。子以我为不信，吾为子先行，子随我后，观百兽之见我而敢不走乎！"

虎以为然，故遂与之行。兽见之皆走。虎不知兽畏己而走也，以为畏狐也。

——《战国策》

【释文】

老虎在寻找各种野兽，想要吃掉他们，寻找中捉到了一只狐狸。狐狸对老虎说："你不敢吃掉我！天帝派遣我来掌管百兽；现今你如果吃了我，这就是违背天帝的命令了。你如果认为我说的是不诚实的话，那么我替你开路走在前面，你跟随在我的后面，观看各种野兽看见了我，看看有敢不逃跑的吗？"

老虎认为狐狸说的话有道理，因此就与狐狸一起同行。森林里各种野兽见了老虎和狐狸都纷纷地逃跑了。老虎不知道这些野兽是因为怕它自己才跑的，还真以为是害怕狐狸才逃跑的呢。

Cáo mượn oai hổ

Hổ bắt muông thú để ăn thịt, vồ được con cáo. Cáo nói: "Ngươi không dám ăn ta đâu! Ông trời cho ta làm vua trăm thú; nay ngươi mà ăn ta, là trái ngược mệnh trời. Nếu ngươi không tin ta, giờ ta sẽ đi trước, ngươi theo sau, xem có phải tất cả các loài thú thấy ta là trốn hết không!"

Hổ cho là phải, bèn cùng đi với cáo. Các loài thú nhìn thấy đều tranh nhau chạy trốn. Hổ không biết các loài thú chạy trốn là vì sợ mình, lại cứ tưởng là sợ cáo.

- Chiến Quốc sách

泥人和木偶

【原文】

孟尝君将入秦，止者千数而弗听，苏秦欲止之。孟尝君曰："人事者吾已尽知之矣，吾所未闻者独鬼事耳。"苏秦曰："臣之来也，固不敢言人事也，固且以鬼事相见君。"孟尝君见之。谓孟尝君曰："今者臣来，过于淄上，有土偶人与桃梗相与语。桃梗谓土偶人曰：'子，西岸之土也，挺子以为人，至岁八月，降雨下，淄水至，则汝残矣。'土偶曰：'不然。吾西岸之土也，吾残，则覆西岸耳。今子，东国之桃梗也，刻削子之为人，降雨下，淄水至，流子而去，则子

【释文】

孟尝君将要准备到秦国去，有上千的人都来劝阻他，可是他却听不进这些人的一句劝告话，著名的游说家苏秦也来求见孟尝君想劝阻他。孟尝君说："关于人世间的事情，我已经全部知道了，我没有听到过的事情只有鬼怪方面的。"苏秦对孟尝君说："我这一次来拜见你的目的，本来就不敢与您谈人世间的事情，只是想和您谈谈鬼怪的事情，所以这才想来拜见您的。"于是孟尝君接见了苏秦。苏秦对孟尝君说："今天我来拜见您的时候，路经过淄水，听见有一个泥偶人和桃枝刻成的木偶人在一起谈论聊天。木偶人对泥偶人说：'你本是河西岸的泥土，是工匠师傅把你捏成人形的，如果到了今年八月份，雨水季节来临的时候，淄河大水猛涨，您的泥土身就会要被雨水冲残坏了。'泥偶人对木偶人说：'您说的不正确。我本身就是西岸的泥土，如果我被雨水冲残坏了，那就还是覆盖在河西岸的泥巴堆里罢了。而您本来是东方的桃树枝，工匠师把你雕刻削成为

Tượng đất và tượng gỗ

Mạnh Thường Quân chuẩn bị sang Tần, vài nghìn người ngăn cản mà không nghe, Tô Tần cũng muốn ngăn cản. Mạnh Thường Quân nói: "Chuyện của con người ta đã biết hết rồi, ta chỉ chưa nghe chuyện ma quỷ thôi." Tô Tần nói: "Tôi đến đây, vốn dĩ không dám nói chuyện của con người, mà chỉ dùng chuyện ma quỷ để gặp ngài." Mạnh Thường Quân liền cho vào gặp. Tô Tần nói với Mạnh Thường Quân rằng: "Hôm nay tôi tới đây, lúc qua sông Truy, nghe thấy một bức tượng đất và một bức tượng gỗ đào cãi nhau. Tượng gỗ đào mắng tượng đất: 'Ông là đất bùn ở bờ tây, người ta nặn ông thành hình người, nhưng đợi đến tháng Tám mưa xuống, nước sông Truy dâng cao, thì ông sẽ tiêu tan.' Tượng đất nói: 'Có hề gì! Ta vốn là đất bùn ở bờ tây, ta tiêu tan, vẫn là đất bùn ở bờ sông. Còn ông, là mảnh gỗ đào ở phía đông, được khắc thành hình người, trời mưa to, nước sông Truy dâng lên, cuốn ông đi, thì ông

【原文】

漂漂者将何如耳？’今秦四塞之国，譬若虎口，而君入之，则臣不知君所出矣。”孟尝君乃止。

——《战国策》

【释文】

人形，等雨水季节来临的时候，淄河的大水会猛烈狂涨，大浪把您顺水流冲跑，那么您将会漂荡到哪里去啊？’现如今秦国四面都是险要关塞，如同虎口一样，而如果您要到秦国去，那我就不知道您是否能够安全返回了。”于是孟尝君就放弃了到秦国去的打算。

sẽ trôi dạt đi đâu?' Nay Tần là nước bốn bề khoá kín, giống như miệng hổ, mà ngài đến đấy, thì tôi không biết ngài còn ra được nữa không." Mạnh Thường Quân bèn thôi không đi nữa.

- Chiến Quốc sách

南辕北辙

【原文】

魏王欲攻邯郸。季梁闻之，中道而反，衣焦不申，头尘不去，往见王曰：“今者臣来，见人于大行，方北面而持其驾。告臣曰：‘我欲之楚。’臣曰：‘君之楚，将奚为北面？’曰：‘吾马良。’臣曰：‘马虽良，此非楚之路也。’曰：‘吾用多。’臣曰：‘用虽多，此非楚之路也。’曰：‘吾御者善。’此数者愈善，而离楚愈远耳！”

——《战国策》

【释文】

魏王想要率领军队去攻打邯郸。他的臣子季梁听到了这个消息，在去办事的途中就立即返回来，来不及把衣服褶皱熨平，连头上的尘土也没来得及洗，就马上到宫廷来拜见魏王，说：“这次我回来的时候，看见太行山上有这么一个人，正朝北驾驶他的马车往前走。他告诉我说：‘我想要到楚国去。’我向他问：‘你既然要到楚国去，那为什么还要驾车面朝北向行走呢？’他回答说：‘我的马非常精良。’我问：‘你的马虽然精良，但这不是去楚国方向的路啊。’他回答说：‘我有很多的路费。’我对他说：‘尽管你的路费多，但这却不是去楚国的路啊。’他回答说：‘我的马车夫擅长于驾车。’这几方面的条件越好，你离楚地就会越远啊！”

Ông khách hồ đồ

Vua Nguỵ định đánh Hàm Đan. Quý Lương nghe vậy, đi được nửa đường thì quay lại, quần áo nhàu nhĩ không kịp vuốt phẳng, đầu tóc bụi bặm không kịp tắm gội, đã vào gặp vua, nói rằng: "Nay thần đến đây, qua núi Thái Hàng thấy có người hướng càng xe đi về phía bắc. Người đấy nói với thần rằng: 'Tôi muốn đến nước Sở.' Thần nói: 'Ông muốn đến nước Sở, sao lại đi về hướng bắc?' Người khách nói: 'Có hề gì, ngựa của tôi rất tốt.' Thần nói: 'Ngựa tuy tốt, nhưng đây không phải đường đến Sở.' Khách nói: 'Tôi có nhiều lộ phí!' Thần nói: 'Lộ phí tuy nhiều, nhưng đây không phải đường đến Sở.' Khách đáp rằng: 'Người đánh xe của tôi rất giỏi.' Những điều kiện trên càng tốt, thì cách nước Sở càng xa vậy."

- Chiến Quốc sách

画蛇添足

【原文】

楚有祠者，赐其舍人卮酒。舍人相谓曰：“数人饮之不足，一人饮之有余。请画地为蛇，先成者饮酒。”一人蛇先成，引酒且饮之。乃左手持卮，右手画蛇曰：“吾能为之足。”未成，一人之蛇成，夺其卮曰：“蛇固无足，子安得为之足！”遂饮其酒。为蛇足者终亡其酒。

——《战国策》

【释文】

楚国有一个主管祭祀的人员，把一壶酒赏赐给他来帮忙的门客们。门客们相互商量说：“这一壶酒，如果我们几个人一起喝的话，它不够我们喝，如果一个人喝的话，那就还会有点剩余。现在请大家在地上画一条蛇，先画成蛇的人可以一人单独喝掉这壶酒。”不一会儿，有一个人很快地把蛇画好了，他就拿过酒来准备要饮酒。于是，他左手拿着酒壶，右手拿笔继续画蛇，说道：“我还能够为蛇画上脚。”还没等他把蛇脚画好，另一个人的蛇就画好了，这个人从他手上夺去酒壶，说：“蛇本来没有脚的，你怎么能够擅自替它画上脚呢？”于是这个人把壶中的酒喝了下去。为蛇画脚的那个人最终没有喝到这壶酒。

Vẽ rắn thêm chân

Nước Sở có người cúng tế, cho môn nhân một bình rượu. Các môn nhân nói với nhau rằng: "Mấy người cùng uống thì không đủ, một người uống thì có dư. Giờ hãy thi vẽ rắn trên mặt đất, ai vẽ xong trước sẽ được uống rượu." Một người vẽ xong trước tiên, cầm bình rượu định uống. Bèn tay trái cầm bình rượu, tay phải vừa vẽ rắn vừa nói: "Tôi còn có thể vẽ chân cho rắn." Còn chưa vẽ xong, một người khác cũng vừa vẽ xong con rắn, liền giật lấy bình rượu nói: "Rắn vốn dĩ làm gì có chân, sao anh lại vẽ chân vào?" Bèn uống mất rượu. Còn người vẽ chân cho rắn thì mất rượu.

- Chiến Quốc sách

溺井之狗

【原文】

人有以其狗为有执而爱之。其狗尝溺井，其邻人见狗之溺井也，欲入言之。狗恶之，当门而噬之，邻人惮之，遂不得入言。

——《战国策》

【释文】

战国时有一个人因为他的一只狗很会执行自己的本职而十分宠爱它。他的狗曾经往井中撒尿。他邻家的人看见了狗往井里撒尿这一场景，邻人想要到进入狗的主人家中把狗往井里撒尿的这件事告诉狗的主人。狗却很憎恨他这种行为，于是狗挡在主人家的大门口而要撕咬他。邻人害怕狗的凶恶，于是邻人也就没有办法进去把狗往井里撒尿的这件事对狗的主人说了。

Con chó thông minh

Có người rất thích con chó của mình vì nó giỏi giữ nhà. Con chó có tật hay đái bậy vào giếng. Có một người hàng xóm nhìn thấy, định vào báo với người chủ có chó. Con chó ghét người hàng xóm, đứng chặn ngoài cổng sủa ầm ĩ không cho anh ta vào. Người hàng xóm sợ chó cắn, không dám vào mách nữa.

- Chiến Quốc sách

千金买马首

【原文】

古之君人有以千金求千里马者，三年，不能得。涓人言于君曰：“请求之。”君遣之，三月，得千里马。马已死，买其首五百金，反以报君。君大怒，曰：“所求者生马，安事死马？而捐五百金！”涓人对曰：“死马且买之五百金，况生马乎？天下必以王为能市马，马今至矣！”

于是不能期年，千里之马至者三。

——《战国策》

【释文】

古代有一个国君，想要用昂贵的代价去求购一匹千里马。时间已经过去了三年，但是仍然没有得到千里马。宫里一个小侍臣听说了这件事，竟然毛遂自荐地站出来对国君说：“请您把求购千里马这个任务交给我吧！”国君同意了他的请求，派遣他出去求购千里马。这个小侍臣出去三个月，果然求得了一匹千里的好马，可是当他想要购买这匹千里马时，马却已经死了。他考虑再三，还是用五百金将已死的千里马马头买了回来。他返回宫里把这件事报告给了国君，国君看见小侍臣给他呈上的是已经死了的马头，非常震怒，喝斥道：“我要你求购的是活马，你怎么买这死马来敷衍？而且还花了五百金费用！”小侍臣平静地对国君说道：“大王您愿意花五百金买了一匹死了的千里马，何况是活的千里马呢！天下的人都会知道您是真心实意求购千里马的。这样，就一定会有人进宫来呈献千里马的。”

从那还不到一年的时间里，国君果然得到了很多人主动呈献来的千里马。

Ngàn vàng mua xương ngựa

Xưa có một ông vua chuẩn bị một nghìn lạng vàng để mua ngựa chạy được nghìn dặm, vàng đã chuẩn bị xong ba năm mà vẫn không mua được con ngựa ấy. Trong cung có một viên thị vệ nói với vua rằng: "Thần xin đi tìm ngựa cho vua." Nhà vua chấp thuận. Ba tháng sau, viên thị vệ tìm thấy ngựa thiên lý. Ngựa đã chết, bèn bỏ ra năm trăm lạng vàng mua lấy cái xương đầu ngựa, trở về kinh thành báo tin lên vua. Nhà vua nổi trận lôi đình nói: "Ta cần ngựa sống chứ cần gì ngựa chết? Sao nhà ngươi tiêu phí mất năm trăm lạng vàng của ta?" Viên thị vệ nói: "Ngựa chết mà còn phải mua tới năm trăm lạng vàng, huống hồ là ngựa sống? Thiên hạ mà biết chuyện này nhất định là tin nhà vua rất biết mua ngựa, sẽ tranh nhau đưa ngựa quý đến."

Quả nhiên chưa đầy một năm, nhà vua mua được ba con ngựa thiên lý.

- Chiến Quốc sách

叶公好龙

【原文】

叶公子高好龙，钩以写龙，凿以写龙，居室文以写龙。天龙闻而下之：窥颈于牖，拖尾于堂。叶公见之，弃而还走，失其魂魄，五色无主。是叶公非好龙也，好夫似龙而非龙者也。

——《申子》

【释文】

叶公子高非常喜欢龙，衣帽钩上、酒杯容器上都刻着龙的图形，房屋里到处雕刻着龙的花纹。天上的真龙知道了这件事，于是从天上来到叶公住所：它把头伸进窗户里探望，龙尾巴拖伸到厅堂的地方。叶公子高看到是一条真龙，丢掉手中的东西，转头就逃，魂飞魄散，惊慌失色。叶公子高并不是真的喜欢龙，他喜欢的只是那些雕刻的像龙而不是真龙的东西罢了。

Ông Diệp thích rồng

Có một ông họ Diệp rất thích rồng. Nhà cửa chỗ nào cũng chạm khắc hình rồng. Rồng thần trên trời nghe vậy, liền hạ xuống nhà ông ta: đầu rồng chui vào cửa sổ, đuôi rồng kéo lê ngoài sảnh. Ông Diệp thấy rồng thật, vắt chân lên cổ mà chạy, sợ đến hồn bay phách lạc. Mới rõ ông Diệp thích rồng, nhưng không thích rồng thật mà chỉ thích thứ giống rồng mà thôi.

- Thân Tử

曲突徙薪

【原文】

客有过主人者，见其灶直突，傍有积薪。客谓主人："更为曲突，远徙其薪。不者，且有火患。"主人嘿然不应。俄而家果失火。邻里共救之，幸而得息。于是杀牛置酒，谢其邻人，灼烂者在于上行，余客以功次座，而不录言曲突者。人谓主人曰："乡使听客之言，不费牛酒，终亡火患。今论功而请宾，曲突徙薪亡恩泽，焦头烂额为上客耶？"主人乃寤而请之。

——《汉书》

【释文】

有一个客人去拜访主人，看见主人家灶台上的烟囱很直，在灶台旁边上还堆放着许多柴草。客人对主人说："建议你要重新换置一个拐弯烟囱，把堆积的柴草搬离灶台远一点。如果不这样的话，担心将来会有火灾忧患。"主人沉默着什么也没有应答。没过多长时间，这家里果然发生了大火，乡里的邻居们都来一起救火，幸好把大火扑灭了。于是主人屠杀牛置办酒来感谢他的邻人们，救火时被烧得很重的邻人首席就坐，其余的邻人按救火时出力多少挨次坐上酒席位，但是却没有邀请建议他重置烟囱的那个客人。有人就对主人说："假如你先前听了那位客人的建议，就不用杀牛置酒，最终也会杜绝大火灾患了。现在你按救火功劳宴请宾客，为什么忘记了那位忠告你重置烟囱并搬走堆积柴草的客人的恩惠，只请烧伤很重的人上席就坐呢？"主人这才醒悟过来，并马上邀请这位给他提过建议的客人。

Uốn ống khói dời củi

Có người khách đến chơi nhà chủ, thấy dùng ống thông khói thẳng đứng, trước cửa bếp xếp đầy củi. Khách liền khuyên người chủ rằng: "Nên dùng ống khói gấp khúc, dời củi ra xa. Nếu không dễ gây hoả hoạn." Chủ nhà im lặng không đáp. Chẳng bao lâu, quả nhiên nhà cháy. Hàng xóm láng giềng rầm rập chạy đến cứu, may mà dập tắt được lửa. Thế là chủ nhà giết trâu bày rượu, bày tiệc cảm ơn hàng xóm, mời người bị bỏng nặng ngồi ở mâm đầu, còn những người đến cứu khác căn cứ theo công lao nhiều ít mà ngồi mâm dưới, mà không mời người khuyên anh ta uốn cong ống khói và dọn củi xa ra. Có người nói với chủ nhà rằng: "Nếu ông chịu nghe lời người khách kia, thì chẳng phải phí trâu phí rượu, mà cũng không gặp hoả hoạn. Nay theo công lao mà mời khách, sao lại quên ơn của người khuyên ông uốn ống khói chuyển củi, mà chỉ coi người cháy đầu bỏng trán là thượng khách?" Chủ nhà mới bừng tỉnh mà đi mời người ta.

- Hán thư

龙王变鱼

【原文】

昔白龙下清冷之渊，化为鱼，渔者豫且射中其目。白龙上诉天帝，天帝曰：“当是之时，若安置而形？”白龙对曰：“我下清冷之渊化为鱼。”天帝曰：“鱼，固人之所射也；若是，豫且何罪？”

——《说苑》

【释文】

从前有一条白龙从天上下到清冷池中，变成鱼在深潭中漂游，有一个叫豫且的打鱼人射中了它的眼睛。白龙向天帝告状，天帝问他说：“当豫且向你射箭的时候，你的身体是一个怎样的形态？”白龙回答说：“我下到清冷的深潭里的时候，我的身体变化成了鱼的形态。”天帝对白龙说：“鱼，本来就是人类要捕射的对象；你如果是鱼这样的形态，豫且捕射你，他有什么罪？”

Vua rồng hoá cá

Xưa có con rồng trắng trên trời sà xuống đầm nước trong, biến thành con cá, bị một người đánh cá tên là Dự Thư phóng lao trúng vào mắt cá. Rồng trắng trở về trời, tâu lên Ngọc hoàng, Ngọc hoàng hỏi: "Khi bị phóng lao, nhà ngươi đang mang hình gì?" Rồng trắng đáp: "Lúc bấy giờ, thần hoá thành con cá dưới đầm trong." Ngọc hoàng nói: "Cá thì người ta tất nhiên phải bắn; nếu đã là vậy, thì Dự Thư nào có tội gì?"

- Thuyết uyển

螳螂捕蝉

【原文】

园中有树，其上有蝉。蝉方奋翼悲鸣，欲饮清露，不知螳螂之在其后，曲其颈，欲攫而食之。

螳螂方欲食蝉，而不知黄雀在后，举其颈，欲啄而食之也。

黄雀方欲食螳螂，不知童子挟弹丸在下，迎而欲弹之。

——《说苑》

【释文】

园子里有一棵树，在树上面有一只鸣蝉。蝉停留在高高的树上正在一边拍打着双翅，悲伤地叫着，一边想要饮吸清新的露珠，却不知道有一只螳螂在它的身后边，螳螂正弯曲着脖子伏在树枝上，想要扑上去捕食它。

螳螂正弯曲着脖子，伏在那里想吃掉蝉，却不知道在自己的后边有一只黄雀，黄雀正伸长了脖子，准备啄食螳螂。

黄雀正伸长脖子想啄食螳螂，却不知道有一个儿童在树下正举着弹弓，瞄准着黄雀，准备要射它。

Ve, bọ ngựa và chim sâu

Trong vườn có một cái cây, trên cây có một con ve. Ve đang rung cánh hát rền rĩ, định uống sương trong, đâu ngờ có một con bọ ngựa đứng ở phía sau, đang gập cổ, định bắt ve ăn.

Bọ ngựa chỉ chú mục vào ve, mà không biết có một con chim sâu đang đứng sau lưng mình, vươn dài cổ, định mổ bọ ngựa ăn.

Chim sâu chỉ chú mục vào bọ ngựa, mà không biết có một chú bé đang giương ná đứng dưới gốc cây, đang định bắn chim sâu.

- Thuyết uyển

猫头鹰搬家

【原文】

枭逢鸠。鸠曰："子将安之？"枭曰："我将东徙。"鸠曰："何故？"枭曰："乡人皆恶我鸣，以故东徙。"鸠曰："子能更鸣，可矣；不能更鸣，东徙犹恶子之声。"

——《说苑》

【释文】

有一只猫头鹰遇碰到一只斑鸠鸟。斑鸠鸟问猫头鹰说："你将要到哪里安家去？"猫头鹰回答说："我想要把我的家搬到东边去。"斑鸠鸟又问："你为什么要搬呢？"猫头鹰回答说："乡里的人都非常讨厌我的鸣叫声，所以我要搬到东边去。"斑鸠鸟对猫头鹰说："如果你能改变自己叫的声音，那搬到东边去还是可以的；如果你不能改变自己叫的声音，那么，你搬到东边去，东边乡里的人还是会讨厌你的鸣叫声的。"

Cú vọ dọn nhà

Cú vọ gặp chim gáy. Chim gáy hỏi: "Anh đi đâu thế?" Cú vọ đáp: "Tôi dọn sang thôn Đông." Chim gáy lại hỏi: "Tại sao phải dọn?" Cú vọ đáp: "Người trong thôn đều ghét tiếng kêu của tôi, nên mới phải chuyển sang thôn Đông." Chim gáy bảo cú vọ: "Nếu anh thay đổi tiếng kêu, thì có thể chuyển sang đó; nếu không thay đổi được tiếng kêu, thì dọn sang thôn Đông người ta cũng sẽ ghét anh thôi."

- Thuyết uyển

独目之罗

【原文】

语有之曰："有鸟将来，张罗待之，得鸟者一目也。"今为一目之罗，无时得鸟矣。

——《申鉴》

【释文】

有句话这样说："有一只鸟儿将要从远方飞过来，撒开好大网准备等着去捕捉它，却发现只是一个小网眼扣住一只鸟头。"如果现在只用有一个洞眼的小网去捕捉小鸟，那是永远不可能捕捉住鸟的啊。

Cái lưới một mắt

Có câu nói rằng: "Chim sắp bay tới, thì chăng sẵn lưới lớn để đợi, chỉ một mắt lưới là có chim mắc vào." Nay có người làm lưới nhỏ chỉ có một mắt, thì vĩnh viễn không bao giờ bắt được chim.

- Thân giám

羊蒙虎皮

【原文】

羊质而虎皮，见草而说，见豺而战。忘其皮之虎矣。

——《法言》

【释文】

本质上是一只羊，而外表有着老虎一样威猛的皮毛，它保持着羊的本性，看见草就高兴，看见豺狼就浑身颤颤发抖。它忘记自己外面蒙穿着的可是虎皮啊。

Dê mượn da hổ

Có con dê đội lốt da hổ, nhìn thấy cỏ thì sung sướng, nhìn thấy sói thì run rẩy. Nó quên mất là mình đang đội lốt hổ vậy.

- Pháp ngôn

司原猎豕

【原文】

昔有司原氏者，燎猎中野，鹿斯东奔。司原纵噪之。西方之众有逐豨者，闻司原之噪也，竞举音而和之。司原闻音之众，则反辍己之逐而伏焉。遇夫浴垩之豨，司原喜，而自以获珍禽也。

尽刍豢、单囷仓而养之。豕俯仰嚘咿，为作容声。司原益珍之。居无何，烈风兴而泽雨作，灌巨豕而垩涂渝，豕骇惧，真声出，乃知是家之艾猳尔。

——《潜夫论》

【释文】

从前，有一个名叫司原的人，有一次在夜间，他举着火把在野外捕捉猎物时，发现了一只鹿。当鹿听到了野地传来声音就往东边逃跑奔命。司原大声吼叫着去追逐小鹿。在野地西边有一群追捕猪的人，他们听到司原的吼叫声音，都争着扯开喉咙高声地应和着司原的吼叫声。司原听到西边有很多人的吼叫声音，反而就停住自己向东所正在追逐的小鹿，转身准备去抓捕从西边来的野兽。碰巧抓到一只滚了一身白泥的猪，司原非常高兴，认为自己捕获到了珍稀的野兽。

于是司原把野兽带回家中，用非常好的饲料、竭尽所能地用心豢养它。那猪有时昂首低头叫唤时，都发出一种宽厚的声音。司原就更加善待它。野兽在司原家过了没有多长时间，天空刮起了大风下起了暴雨，大量的雨水冲刷到猪的身上，猪身上滚的那些白色涂泥也被冲地到处横流，猪非常恐惧与害怕，猪本来的声音也发出来了，司原看到此才知道这野兽原来是家养的老公猪啊。

Tư Nguyên săn lợn

Xưa có người tên là Tư Nguyên, cầm đuốc đi săn trong đồng hoang, hươu bèn chạy thục mạng về phía đông. Tư Nguyên hò hét đuổi theo hươu. Phía tây có đoàn người đi săn đang đuổi một con lợn rừng, nghe thấy Tư Nguyên reo hò, thì cũng reo hò theo. Tư Nguyên nghe toán săn phía tây reo hò, liền bỏ không đuổi con hươu nữa mà dừng lại mai phục. Gặp một con lợn rừng toàn thân lấm đầy bùn trắng chạy qua thì bắt liền, Tư Nguyên mừng lắm, nghĩ là bắt được thú lạ.

Tư Nguyên bèn dùng gạo tốt nuôi nó, dùng chuồng tốt nuôi nó. Con lợn cúi đầu ngẩng đầu kêu réo, cố tình kêu thật vang. Tư Nguyên càng thêm yêu quý. Mấy ngày sau, gặp một trận mưa to gió lớn, con lợn rừng bị ướt, bùn trắng trên mình bị cuốn trôi hết sạch, con lợn rừng sợ quá, bật ra tiếng kêu thật, [Tư Nguyên] lúc này mới hiểu rằng thì ra đây chỉ là một con lợn bình thường.

- Tiềm Phu luận

仕数不遇

【原文】

昔周人有仕数不遇，年老白首，泣涕于途者。人或问之：“何为泣乎？”对曰：“吾仕数不遇，自伤年老失时，是以泣也。”人曰：“仕奈何不一遇也？”对曰：“吾年少之时学为文，文德成就，始欲仕宦，人君好用老。用老主亡，后主又用武。吾更为武，武节始就，武主又亡。少主始立，好用少年，吾年又老，是以未尝一遇。”

——《论衡》

【释文】

从前周朝有一个人，他一生多次求官，一直到了年岁已高、鬓发斑白的时候，依然都没有得到君王的赏识，想到这些，在路上哭泣起来。有人问他：“您老为什么在此哭泣呢？”他回答这个人说：“我几次求官都没有得到君王的赏识。现在我感伤自己已经年老体衰，恐怕要失去做官的机会了，所以我独自地伤悲流泪。”那人又问：“那您为什么一生都遇不到赏识您的人呢？”他回答说：“我年轻的时候用力苦读经史文化，后来学有所成，德才兼备，开始准备要去求官，不料君王却喜爱选任年纪老的人来当官。当这个老君王离世后，继位的君王又喜爱任用习武的人，为了求官，我就改变自己去学习武艺，哪知我武艺刚开始学有所成，喜爱选用习武的君王又死去了。现在刚即位的君王开始执政，又喜爱任用年轻人当官，而我的年纪却已经老了，所以终生没有得到一次赏识，没有求成一次官。”

Hoạn lộ không thông

Ngày xưa có người nước Chu hoạn lộ không thông, tuổi già tóc bạc, ngồi khóc lóc bên đường. Có người đến hỏi: "Sao cụ lại khóc thế?" Cụ già nói: "Tôi hoạn lộ không may, thương mình tuổi già lỡ vận, nên mới khóc." Người kia hỏi: "Sao cụ lại không may thế?" Cụ già nói: "Hồi còn trẻ, tôi học hành được chút văn chương, tài văn thành tựu, muốn ra làm quan, nhưng lúc đó nhà vua chỉ thích dùng người già. Đến khi ông vua chỉ thích người già mất đi, ông vua trẻ lên ngôi, nhưng lại chỉ thích nghề võ. Tôi đành đổi sang học võ. Vừa học võ xong, vị vua kia lại chết. Ông vua bây giờ nối ngôi, lại chỉ thích người trẻ, mà tôi thì đã già rồi, cho nên suốt đời không gặp may."

- Luận hành

对牛弹琴

【原文】

公明仪为牛弹清角之操，伏食如故。非牛不闻，不合其耳矣。转为蚊虻之声、孤犊之鸣，即掉尾、奋耳，蹀躞而听。

——《牟子》

【释文】

有个弹琴师名叫公明仪，他对着牛弹奏了一曲高雅的《清角》琴曲，牛没有任何反应，依旧保持原来低头吃草的样子。这并不是牛听不见或听不懂琴曲声，而是这种曲子不适合牛的耳朵，牛听不进去啊。于是公明仪改变了弹法，更换了曲调，弹奏出蚊子、牛虻这些虫类发出的嗡嗡声，以及离群孤独的小牛发出的哞哞叫声，这正在吃草的牛听到这些琴曲声，马上摆动着尾巴、竖起耳朵，来回不停地踢踏脚步而倾听。

Đàn gảy tai trâu

Nhạc sĩ Công Minh Nghi gảy khúc nhạc tuyệt diệu cho trâu nghe, con trâu cứ cúi đầu gặm cỏ không chú ý đến. Không phải trâu không nghe, mà vì không hợp với tai nó, bèn đổi sang gảy tiếng muỗi vo ve, tiếng nghé kêu, thì con trâu ngoe nguẩy đuôi, tai dựng đứng, đi đi lại lại lắng tai nghe.

- Mâu Tử

杯弓蛇影

【原文】

予之祖父郴为汲令，以夏至日诣见主簿杜宣，赐酒。时北壁上有悬赤弩，照于杯，形如蛇。宣畏恶之，然不敢不饮。其日，便得胸腹痛切，妨损饮食，大用羸露，攻治万端，不为愈。复郴因事过至宣家，窥视，问其变故。云：“畏此蛇。蛇入腹中。”郴还听事，思惟良久。顾见悬弩，必是也。则使门下史将铃下侍徐扶辇载宣，于故处设酒，杯中故复有蛇。因谓宣：“此壁上弩影耳，非有他怪。”

【释文】

我的祖父郴在任汲县令的时候，有一年在夏至这天拜会任职主簿的杜宣，请杜宣主簿与他一起喝酒。当端杯喝酒的时候，北面的墙上悬挂着一张红色的弓弩，在光线的照耀下，弓弩投影在酒杯当中，看起来样子很像一条蛇。杜宣看到这个情景非常恐惧，并厌恶这杯酒，然而他却不敢不喝下它。喝下酒的当天，他就感觉到自己胸腹有些异常疼痛，而且已经妨碍到了自己的饮食，因此身体看起来非常虚弱，而且用尽各种疗法去治疗，也没有能够完全治愈。后来，祖父郴因为有事又经过杜宣家，就到杜宣家前去探望他，看到他如此这样，问他这是什么原因引起的。他对我的祖父说：“我害怕酒杯中的蛇。蛇已经在我肚子里了。”祖父郴听了杜宣说了这么一个情况，回转到他家的大厅，想了很长时间。回头看到北墙壁上悬挂着的一张弓弩，想着那天喝酒的情景，推测一定是因为这样的缘故！于是就派随从护卫用车将杜宣接过来，在原来喝酒的地方摆上酒杯，杯中又有一条蛇出现了。因此祖父郴就对杜宣说：“你喝下去

Bóng cung thành bóng rắn

Khi ông nội tôi làm huyện lệnh huyện Cấp, vào ngày Hạ chí, mời chủ bạ Đỗ Tuyên đến nhà chơi, mời uống rượu. Lúc đó trên tường phía bắc có treo một cây cung đỏ, chiếu xuống chén rượu, hình như con rắn. Đỗ Tuyên thấy sợ, nhưng không dám không uống. Hôm ấy về, bụng ngực đau quặn, không ăn không uống được, vô cùng yếu ớt, chữa trị đủ cách mà không khỏi được. Sau ông tôi có việc đến nhà Đỗ Tuyên thăm bệnh, hỏi nguyên do. Đáp rằng: "Tôi sợ trong cốc có rắn, rắn chui vào trong bụng tôi." Ông tôi về nhà, vào phòng khách, suy nghĩ rất lâu. Nhìn thấy cây cung trên tường, nghĩ chắc là nó. Bèn sai tuỳ tùng trong nhà đưa xe chậm rãi chở Đỗ Tuyên đến, bày tiệc rượu ở chỗ cũ, nên trong cốc rượu vẫn có bóng rắn. Rồi nói với Đỗ Tuyên: "Đây chỉ là bóng cây cung treo trên tường mà thôi, chứ không có gì kỳ lạ cả."

【原文】

宣遂解，甚夷怿，由是瘳平。

——《风俗通》

【释文】

那酒杯中的蛇，它是北墙上弓弩倒映在杯中的影子罢了，没有什么其他值得奇怪的东西。”杜宣于是恍然大悟，解开了心中的心结，非常愉悦，从此疾病也就好了。

Đỗ Tuyên bừng tỉnh, vô cùng sung sướng, bệnh cũng hết luôn.

- Phong tục thông

神鱼

【原文】

会稽石亭埭，有大枫树，其中空朽，每雨水辄满溢。有估客，载生鳣至此，聊放一头于朽树中，以为狡狯。村民见之，以鱼鳣非树中之物，咸谓是神。乃依树起屋，宰牲祭祀，未尝虚日，因遂名鳣父庙。人有祈请及秽慢，则祸福立至。后估客返，见其如此，即取作臛，于是遂绝。

——《异苑》

【释文】

会稽郡石亭埭这个地方有一棵大的枫树，因为年代久远，大树干的中间，有的地方已经腐烂出现一个大的空洞，每逢天下雨的时候，枯树洞里的水就会满的要溢出来。有个做生鲜的商贩，有一次，他载着一车活鳣鱼到达这地方，就随便地放一条鳣鱼到枯树的水洞中，就用这样的方式取乐玩耍。后来不久，村民们就在枯树的水洞中看见这一条鳣鱼，因为鳣鱼不是树洞里生长的东西，村民们都以此说它是神物。于是村民们就依傍在枯树的水洞边盖起了房子，宰杀牲畜虔诚地祭祀鳣鱼，甚至没有一天不来敬拜，也因此把这房子命名为鳣父庙。村民们如果有什么祈拜或怠慢它的，那么福祸也会立马显现。后来，这个做生鲜的商贩返回经过枯树水洞边，看见这样的情景，就从枯树的水洞中把鳣鱼捉拿出来，做成肉羹吃了，从此，村民们祭祀敬拜行动再也没有了。

Thần cá

Vùng Thạch Đình quận Cối Kê có một cây phong lớn, trên cây có một cái hốc ruỗng rất to, mỗi lần mưa xuống, nước lại đầy tràn bên trong. Có một khách buôn chở cá tầm sống đến đây, tiện tay thả một con cá vào trong hốc cây, để lừa cho vui. Người làng thấy vậy, cho rằng con cá tầm vốn không phải vật trong cây, đều nói là cá thần. Thế là xây nhà ở bên gốc cây, giết gia súc cúng tế, không ngày nào lơ là, từ đó dần gọi là miếu thần cá. Người ta cầu phúc hay khinh nhờn, phúc hoạ lập tức hiển hiện. Về sau, người lái buôn quay lại nơi này, thấy tình cảnh như vậy, bèn vớt cá thần lên nấu canh, từ đó về sau, không còn người đến cúng nữa.

- Dị uyển

穿井得一人

【原文】

宋之丁氏，家无井，而出溉汲，常一人居外。及其家穿井，告人曰："吾穿井得一人。"有闻而传之者，曰："丁氏穿井得一人。"国人道之，闻之于宋君。宋君令人问之于丁氏，丁氏对曰："得一人之使，非得一人于井中也。"

——《吕氏春秋》

【释文】

宋国有一个姓丁的农家，种的地经常发生干旱，因为他家地中没有一口井供灌溉庄稼使用，常需要到别地取水来浇灌他家的地，因此就常需要有一个人专门住在外面干这样的事情。后来等到他家在自己的地里打了一眼井之后，便对外面人说："我家在地里打井得到一个人。"有人听到这样的话就跟别的人说："丁家在自己的地里打井打出了一个人。"经过一段时间传播，都城的人都在相互谈论并传播这件事，最后这件事也让宋国国君听到了。宋国国君于是指派下面的工作人员去丁家了解事情的真实情况，丁家的人对来调查情况的工作人员说："我们家打井是得到一个人的劳力，并不是从井中挖得出来一个人来呀。"

Đào được một người trong giếng

Nước Tống có người họ Đinh, trong nhà không có giếng, phải đi xa lấy nước về, nên thường xuyên sống một mình bên ngoài. Đến khi nhà anh ta đào giếng, liền nói với mọi người rằng: "Sau khi đào xong giếng, nhà tôi có thêm một người." Người này đi kể với người khác, cứ thế truyền tai nhau, cuối cùng biến thành: "Nhà họ Đinh đào giếng đào lên được một người." Cả nước đồn đại, đến tai vua nước Tống. Nhà vua cho người đến nhà họ Đinh hỏi chuyện, người nhà họ Đinh nói: "Tôi bảo có thêm một người làm việc, chứ không phải đào được một người trong giếng ra."

- Lã thị xuân thu

鹦鹉救火

【原文】

有鹦鹉飞集他山，山中禽兽皆相爱重。鹦鹉自念虽乐，不可久也，遂去。后数月，山中大火。鹦鹉遥见，便入水濡羽，飞而洒之。天神曰:“汝虽有志意，意何足云也？”对曰:“虽知不能救，然尝侨居是山，禽兽行善，皆为兄弟，不忍见耳。”天神嘉其义，即为之灭火。

——《宣验记》

【释文】

有一只鹦鹉在飞行过程中停留到了一座山上，山中的飞禽走兽都相互关爱与尊重，相处得很和睦。鹦鹉自己心里想，自己呆在这里虽然很快乐，但这个地方毕竟不是我长久安身立命的地方，于是它就和山中禽兽告别后离开了。过了有几个月，鹦鹉曾呆过的山中突然发生了一场大火，鹦鹉在遥远的地方都看见了大火，于是它就立马飞入水中，沾湿自己的羽毛，准备飞到那个山上尽自己的力量进行洒水救火。天神看到鹦鹉这一行动，就对它说:“你虽然有去山中救火的意愿，但是你的力量太小，微不足道呀。”鹦鹉回答说:“尽管我知道单凭我的力量是救不了火的，但是我曾经在这座山中居住过，山中的飞禽走兽非常善良，它们都是我的兄弟，山中发生这样的大火，我不忍心看到它们被烧死。”天神推崇鹦鹉有这样的义气，立即帮它把山中的大火扑灭掉了。

Con vẹt cứu hoả

Một con vẹt bay sang núi khác chơi, tất cả chim thú trên núi đều đón chào và tiếp đãi tử tế. Con vẹt thầm nghĩ nơi này tuy vui, nhưng không thể ở lâu, bèn bay về. Cách vài tháng sau, bỗng trái núi kia cháy lớn. Con vẹt từ xa cũng nhìn thấy lửa cháy, bèn lao xuống nước dấp cho ướt cánh, rồi bay tới nơi có cháy, rũ nước xuống. Thiên thần thấy thế bèn hỏi: "Ý nguyện của ngươi rất tốt, nhưng phỏng có ích gì!" Vẹt nói: "Tôi cũng biết tôi không đủ sức cứu, nhưng vì từng chuyển đến núi đó, chim thú nơi ấy đối đãi với tôi rất tốt, đều là bạn bè của tôi, tôi không nhẫn tâm nhìn cảnh đó." Thiên thần cảm động vì tình nghĩa của vẹt, bèn cho dập tắt lửa.

- Tuyên nghiệm ký

公输刻凤

【原文】

公输之刻凤也，冠距未成，翠羽未树，见其身者，谓之“鷉鸱”，见其首者，名曰“鹈鹕”，皆訾其丑而笑其拙。及凤之成，翠冠云耸，朱距电摇，锦身霞散，绮翮焱发。翩然一翥，翻翔云栋，三日而不集。然后赞其奇而称其巧。

——《刘子》

【释文】

有一个著名的工匠公输般正在雕刻一只凤凰，凤凰的头冠上的毛发与凤凰的脚爪细微的部分还没雕刻完成，它的外面还没有植上青绿色的羽毛，看见凤凰身体部位的人，说它像是一只白色的老鹰，看见凤凰头部的人，说它像是一只鹈鹕。还未雕刻完成的时候，大家都嘲笑它丑，并笑公输般雕工技术笨拙。等到凤凰最后一道工序完成后，翠绿色的凤冠像云彩一样高耸，红色的凤脚爪像闪电一样摇曳，金色纹饰的身体像云霞散发着光彩，鲜艳的翅膀如火光迸射。振翼向天空奋飞，在五彩的楼房上自由翱翔，三天也落不下来。人们看了之后，都对凤凰纷纷啧啧称奇，说公输班技艺实在太巧妙了。

Đẽo phượng hoàng

Ông Công Thâu đẽo phượng hoàng, khi mào phượng, vuốt phượng chưa xong, lông phượng chưa thành, có người nhìn thấy mình con phượng, nói rằng đó là cú vọ, nhìn thấy đầu con phượng, nói là con chim cuốc, đều chê nó xấu mà cười ông vụng về. Đến khi phượng hoàng đẽo xong, chiếc mào xanh biếc như mây toả, móng vuốt đỏ chót như chớp nháy, toàn thân lông gấm rực rỡ như ráng sớm, đôi cánh lộng lẫy như lửa cháy. Động vào cái chốt, tung cánh bay lên, chao lượn trên rường xà chạm mây, ba ngày không rơi xuống. Thế là người ta đều khen là tuyệt diệu, tấm tắc ca tụng tài khéo.

- Lưu Tử

博士买驴

【原文】

博士买驴，书卷三纸，未有驴字。

——《颜氏家训》

【释文】

一个知识渊博的人想买一头驴，可是他已经写了三张纸，却还没有写到一个“驴”字。

Người học rộng mua lừa

Có một người học rộng đi mua lừa, viết tờ khế ước dài ba trang mà vẫn chưa đến chữ "lừa".

- Nhan thị gia huấn

丢了皮口袋

【原文】

昔有愚人入京选，皮袋被贼盗去。其人曰：“贼偷我袋，将终不得我物用。”或问其故，答曰：“钥匙尚在我衣带上，彼将何物开之？”

——《朝野佥载》

【释文】

从前有一个很愚蠢的人到京城去参加选拔考试，在去的途中，他的皮袋被盗贼偷去了。这个蠢人说：“盗贼虽然偷了我的皮袋子，但他却永远不能够得到我袋子里面的财物。”有人问他这是为什么，他回答说：“开皮袋子的钥匙还系在我自己的衣带上，没有它，那个盗贼用什么东西打开皮袋呢？”

Mất túi da

Xưa có một anh ngốc về kinh ứng thí, bị trộm lấy mất cái túi da. Người này nói: "Kẻ trộm lấy mất cái túi của tôi, nhưng không thể lấy được đồ của tôi." Người ta hỏi tại sao, anh ta đáp: "Chìa khoá tôi vẫn đeo ở thắt lưng, kẻ cắp làm sao mà mở ra được?"

- Triều dã thiêm tải

好竽操瑟

【原文】

齐王好竽，有求仕于齐者，操瑟而往，立王之门三年不得入。叱曰：“吾瑟鼓之，能使鬼神上下，吾鼓瑟合轩辕氏之律吕。”客骂之曰：“王好竽而子鼓瑟，虽工，如王不好何？”

——《韩文公集》

【释文】

齐湣王爱好听人演奏吹竽，有一个想到齐国求得官职的人，手里操持着瑟来到齐国，在齐王的宫殿门前站立等待了三年而没有被邀请到宫廷内。他在宫门前大声怒叱说：“我鼓瑟的技艺高超，能使鬼神听了都会感动，我鼓瑟的旋律完全合于轩辕氏的规则和标准。”有客人骂着对他说：“齐王喜好听人演奏吹竽，而您却仅仅只会鼓瑟，即使您的鼓瑟技艺再高超，但齐王不爱好听这种音乐，你能怎么办呢？”

Thích sáo gảy đàn

Vua nước Tề thích nghe thổi sáo, có người muốn đến nước Tề làm quan, bèn mang đàn theo, chờ ở ngoài cung điện đã ba năm rồi mà vua Tề vẫn không gọi vào. Anh ta bèn giận dữ nói rằng: "Ta gảy đàn có thể khiến quỷ thần cảm động, ta gảy đàn hợp với nhạc luật của Hiên Viên." Có người thấy vậy liền mắng: "Vua thích nghe sáo mà anh chỉ biết chơi đàn, dù có hay đến đâu, nhưng vua không thích nghe cũng có ích gì?"

- Hàn Văn Công tập

用骗术的猎人

【原文】

鹿畏貙，貙畏虎，虎畏罴。罴之状，被发人立，绝有力而甚害人焉！楚之南有猎者，能吹竹为百兽之音。昔云，持弓、矢、罂、火而即之山，为鹿鸣以感其类，伺其至，发火而射之。貙闻其鹿也，趋而至，其人恐，因为虎而骇之。貙走而虎至，愈恐，则又为罴，虎亦亡去。罴闻而求其类，至，则人也，捽搏挽裂而食之。今夫不善内而恃外者，未有不为罴之食也！

——《柳河东集》

【释文】

鹿惧怕貙，貙惧怕虎，虎又惧怕罴。罴的模样就像是一个人披散着头发站立着，它有非常大的力气，而且伤害人的能力很强！在楚国的南方有一个打猎的人，他能够用竹制的箫管模仿吹奏出各种鸟兽发出的声音。从前有人说，他能够拿着弓弩、箭、瓶子和火具到山里面去，他模仿鹿鸣招来鹿群，等鹿群到来的时候，就点起火把，然后用弓箭射杀它们。貙听到了鹿的鸣叫声，尾随鹿群跟了过来，猎人看见貙非常恐惧，就吹竹箫管来模仿虎的叫声来吓唬它。貙被吓得逃跑了，老虎却被引来了，猎人更加感到惧怕，于是又模仿罴的叫声，把老虎也吓跑了。罴听到叫声就来寻求它的同类，来到发出声音的地方后，却发现是一个人。于是它抓住猎人，用牙齿撕咬而吃掉了。现今那些不注重内在才能的提升而凭借外界力量的人，逃脱不了被罴吃掉的命运啊！

Người đi săn thổi địch

Hươu sợ beo, beo sợ hổ, hổ sợ gấu lớn. Hình thù của gấu lớn giống như người xoã tóc đứng thẳng, rất khoẻ, rất hay hại người! Miền nam nước Sở có một người thợ săn, biết thổi sáo bắt chước tiếng kêu của các loài dã thú. Nghe nói, anh ta mang cung tên, chai lọ, lửa lên núi, thổi sáo bắt chước tiếng hươu kêu để dụ đồng loại chạy lại, rồi châm lửa bắn chết. Beo nghe tiếng hươu, bèn chạy đến, người đi săn sợ quá, vội đổi giọng thổi theo tiếng hổ để doạ. Beo quả nhiên bỏ chạy, nhưng hổ lại tìm đến. Người đi săn càng sợ hãi, liền thổi theo tiếng gấu lớn, hổ cũng chạy mất. Nhưng gấu lớn lại theo tiếng đồng loại tìm đến, thấy là người, liền vồ lấy xé xác ăn thịt. Nay những kẻ không coi trọng bên trong mà cậy nhờ vào bên ngoài, cũng không thoát khỏi kết cục bị gấu ăn thịt.

- Liễu Hà Đông tập

黔驴技穷

【原文】

黔无驴，有好事者，船载以入；至则无可用，放之山下。虎见之，庞然大物也，以为神；蔽林间窥之，稍出近之，慭慭然，莫相知。他日，驴一鸣，虎大骇，远遁，以为且噬己也，甚恐；然往来视之，觉无异能者；益习其声，又近出前后，终不敢搏。稍近，益狎，荡倚冲冒，驴不胜怒，蹄之。虎因喜，计之曰："技止此耳！"因跳踉大㘎，断其喉，尽其肉，乃去。

——《柳河东集》

【释文】

黔这个地方本来是没有驴子的，有一个多事的人，用船将驴子装运到黔地；驴子被运到之后却发现它没有可用的地方，就随意地把它散放在山脚下。山中的老虎看见了这个驴子，觉得它真是个高大威猛的家伙，把它当做神物来对待；老虎时而躲在树林中间偷窥着它的一举一动，时而慢慢走出林子靠近它，小心翼翼地，但仍然不知道它有什么样的能耐和脾性。有一天，驴子发出一段长长的，很大的嘶叫声，老虎听了十分害怕，于是逃跑得远远的，以为驴子将要吃自己，十分恐惧；但是通过来来回回仔细观察，觉得驴子没有什么特别的本领；慢慢地更加熟悉了驴子的声音，老虎又多次靠近驴子，出现在驴子的前前后后，但老虎却还始终不敢与驴搏斗。于是老虎再稍微靠近驴子，更加亲热戏弄，对驴子开始冲撞冒犯起来，最后驴子禁不住大发怒气，用脚踢了老虎。老虎因此大为欢喜，心里寻思道："驴子的本领也就这样罢了！"于是老虎就跳跃起来，大声吼啸，咬断了驴子的喉管，吃光了驴子的肉，这才离开。

Lừa đất Kiềm

Đất Kiềm xưa nay vốn không có lừa, có một người hiếu sự, dùng thuyền chở một con lừa đến; về đến nơi, không biết dùng vào việc gì, bèn thả dưới chân núi. Hổ nhìn thấy nó, thấy lừa to lớn quá, cứ ngỡ là thần; nấp vào trong rừng nhòm trộm, sau đó chầm chậm ra khỏi rừng, len lén lại gần, cũng không biết là con gì. Một hôm, lừa bỗng rống thật to, hổ giật mình, cong đuôi chạy mất, cứ ngỡ lừa muốn ăn thịt mình, rất sợ; nhưng quay đi quay lại nhìn kỹ, dần dần thấy lừa cũng chẳng có gì đáng gờm; dần dần quen tiếng lừa rống, lại đến gần, quanh quẩn phía trước phía sau, nhưng vẫn không dám vồ. Lại dần dần gần hơn, khinh nhờn hơn, bắt đầu vờn đuổi chọc phá, lừa giận quá, tung chân đá. Hổ sung sướng nghĩ thầm: "Tài nghệ của mày chỉ có thế mà thôi!" Rồi hổ nhảy chồm lên cắn đứt cổ lừa, ăn hết thịt rồi bỏ đi.

- Liễu Hà Đông tập

临江之麋

【原文】

临江之人，畋得麋麑，畜之。入门，群犬垂涎，扬尾皆来。其人怒怛之。自是日抱就犬，习示之，使勿动；稍使与之戏。积久，犬皆如人意。麋麑稍大，忘己之麋也，以为犬良我友，抵触偃仆，益狎。犬畏主人，与之俯仰甚善，然时啖其舌。三年，麋出门，见外犬在道甚众，走欲与为戏。外犬见而喜且怒，共杀食之，狼藉道上。麋至死不悟。

——《柳河东集》

【释文】

临江这地方有一个猎人，他在打猎的时候捕到一只小鹿，就把它带回家饲养起来。当小鹿进门以后，猎人家的狗馋得直流口水，都摇着尾巴跑来准备分享美味。猎人愤怒地恐吓了那群狗。从那以后，猎人每天都抱着小鹿靠近小狗，让狗慢慢习惯看到小鹿，并让狗不要妄动小鹿；渐渐地又让狗和小鹿一起游戏。时间久了之后，狗的行为都能顺适猎人的心意。小鹿逐渐长大了，它忘记自己只是小鹿，认为狗实在善良，可以把它们当做是自己的好朋友，于是和它们互相接触，又在地上一起翻滚，越来越亲密。狗因为害怕自己的主人，和小鹿在一起玩得很和善，但是它们时时偷偷地吞咽自己的舌头。三年以后，小鹿走出猎人家的大门，在路上，看见有很多别人家的狗，就跑过去想和它们一起玩耍。那些别人家的狗看见了小鹿既喜欢又愤怒地围上去，一起咬杀死小鹿并把它吃掉了，小鹿的尸体乱七八糟地散落在路上。小鹿到死也没明白自己是怎么死的原因。

Chú hươu con

Vùng Lâm Giang có người bắt được một chú hươu con, mang về nhà nuôi. Khi đưa vào nhà, đàn chó thèm nhỏ dãi, đều vẫy đuôi chạy xúm lại. Người thợ săn nổi giận, đuổi đàn chó đi. Từ hôm đó trở đi, hàng ngày người đi săn thường ôm hươu đến gần đàn chó, để nhìn cho quen, khiến chó không còn lại cắn; rồi dần dần thả hươu con ra cho chơi với chó. Lâu dần, chó đều làm theo ý chủ. Hươu con ngày một lớn, quên mất mình là hươu, coi chó là bạn tốt, thường dụi mình vào chó, lăn mình trên lưng chó. Chó sợ chủ nhà, tuy vui đùa với hươu con đấy, nhưng thường liếm lưỡi thèm khát. Cứ như thế ba năm sau, một hôm hươu ra khỏi nhà, thấy chó ngoài đường rất nhiều, bèn chạy đến muốn chơi đùa với chúng. Chó ngoài đường thấy vậy vừa mừng vừa giận, xúm lại cắn xé hươu con ăn thịt, bừa bãi ngoài đường. Đến chết hươu con vẫn không hiểu tại sao chó lại cắn nó.

- Liễu Hà Đông tập

永某氏之鼠

【原文】

永有某氏者，畏日，拘忌异甚。以为己生岁直子；鼠，子神也，因爱鼠，不畜猫犬，禁僮勿击鼠。仓廪庖厨，悉以恣鼠，不问。由是鼠相告，皆来某氏，饱食而无祸。某氏室无完器，椸无完衣，饮食大率鼠之馀也。昼累累与人兼行，夜则窃啮斗暴，其声万状，不可以寝，终不厌。数岁，某氏徙居他州；后人来居，鼠为态如故。其人曰：“是阴类，恶物也，盗暴尤甚。且何以至是乎哉？”假五六

【释文】

永州有一个人，他非常迷信日期可以定吉凶祸福，异乎寻常地畏惧犯忌日。他认为自己出生的那年地支是子年，而老鼠是子年的神，因此十分爱护老鼠，家里从不许养猫养狗，也禁止仆人击打捕杀老鼠；家里的粮仓、厨房，也都让老鼠随意横行，放任不去管理。因此老鼠群就相互转告，都来到这个人的家里，吃饱喝足却不要担心受到什么灾难。以致这个人家里没有一件完整的器物，衣架上没有一件完好的衣服；平时吃喝的东西，大都是老鼠吃剩下的。大白天，老鼠可以成群结队和人在一起行走，到了夜晚，老鼠群偷咬东西，打斗乱窜，发出各种各样怪异的声音，闹得这个人无法睡觉，而这个人对老鼠始终不感觉到讨厌。过了几年，这个人搬到别的州去了。后来这人家的房子搬进来另外一家人，但老鼠依旧闹得还像过去的时候一样。新搬来的人看见房屋内有这么多老鼠，说：“这些东西暗中出没，破坏作恶尤其厉害，但是，怎么到达到这种地步呢？”于是他便从别处借来了五六只猫，关闭上大门，撤去瓦片，

Con chuột Vĩnh Châu

Ở đất Vĩnh Châu có một nhà, rất sợ phạm ngày kỵ. Vì sinh vào năm Tý, mà chuột là thần của năm Tý, nên rất yêu chuột, trong nhà không nuôi chó mèo, cấm mọi người sát hại chuột. Nhà kho, nhà bếp, mặc kệ cho chuột chạy lung tung. Loài chuột bèn đồn đại nhau, tất cả kéo đến nhà ông ta, ăn uống tha hồ mà không sao cả. Nhà này không còn cái bình, cái bát nào nguyên vẹn, quần áo cũng bị cắn nát hết, đồ ăn đều là đồ thừa của chuột. Ban ngày, người và chuột tranh nhau lối đi; ban đêm chuột gặm đồ vật, đùa nghịch, cắn nhau chí choé làm cho không ai ngủ được, mà chủ nhà vẫn không thấy ghét. Được vài năm, gia đình này dọn sang vùng khác. Một gia đình khác dọn đến nhà này ở, chuột vẫn cứ hoành hành như cũ. Chủ mới bèn nói: "Đây là vật xấu xa sống nơi tăm tối, ăn vụng cắn xé rất dữ. Sao lại để đến nỗi này." Bèn mượn

【原文】

猫，阖门，撤瓦，灌穴，购僮罗捕之，杀鼠如丘，弃之隐处，臭数月乃已。

——《柳河东集》

【释文】

用水浇灌老鼠洞，雇用仆人在房屋内到处搜寻逮捕，杀死的老鼠放在一起堆得像小山丘一样，老鼠的尸体被弃扔倒在偏僻的地方，发出的臭味几个月后才消失。

về năm sáu con mèo to, đóng cửa lại, dẹp bỏ đồ sành, đổ nước vào hang chuột, thuê người về đánh bắt chuột, xác chuột chết chất cao như núi, vứt ra chỗ hoang vu, mùi hôi thối suốt nhiều tháng mới hết.

- Liễu Hà Đông tập

开 井

【原文】

凿井于路旁，用济路人之渴。一有堕之者，则罪凿井焉。

——《伸蒙子》

【释文】

有一个好心人在大路的旁边挖凿了一口井，用来帮助过路口渴的行人。但是当有一个人由于自己的原因坠落到井的里面了，大家就会把责任推在凿井的人身上，认为他不应该把井开凿在大路的旁边。

Đào giếng

Có người đào giếng bên đường cái, để giúp người đi đường giải khát. Có một người chẳng may rơi xuống giếng, mọi người đều trách móc người đào giếng.

- Thân Mông Tử

雁　奴

【原文】

雁奴，雁之最小者，性尤机警。每群雁夜宿，雁奴独不瞑，为之伺察。或微闻人声，必先号鸣，群雁则杂然相呼引去。后乡人益巧设诡计，以中雁奴之欲。于是先视陂薮雁所常处者，阴布大网，多穿土穴于其傍。日未入，人各持束缊并匿穴中，须其夜艾，则燎火穴外，雁奴先警，急灭其火。群雁惊视无见，复就栖焉。于是燎三灭，雁奴三叫，众雁三惊；已而无所见，则众雁谓奴之无验也，互唼迭击之，又就栖然。少选，火复举，雁奴畏众击，不敢鸣。乡

【释文】

雁奴，是雁群中最小的一只，天性特别机警小心。每次群雁在夜间休眠的时候，只有雁奴单单不睡，为群雁的安全守护放哨。有时稍微听到有人发出声音，它一定会首先鸣叫起来，群雁就杂乱地鸣叫着，相互呼应着纷纷离去。后来乡里的人更加巧妙地设下一个阴谋陷阱，用来专门对付雁奴的需要。于是，他们先在湖边地带察看雁群经常落脚的地方，暗中布下大网，并在网的附近挖一些洞穴。白天雁群不在洞穴的时候，大家各自都拿着束起的麻绳藏匿在洞穴中，等到天快亮时，就在洞穴外面点起火来，雁奴最先警觉并大声鸣叫，大家急忙把火灭掉。雁群惊醒之后看见没有什么危险，就又开始睡觉了。于是大家多次点起火来，多次把火灭掉，雁奴多次鸣叫报警，雁群又多次惊醒；到最后惊醒了又看不见什么危险发生，那么众雁就认为雁奴的鸣叫没有真实的应验，开始轮番啄咬、攻击雁奴，然后又栖息睡觉了。过了一会儿，大家又点起火来，雁奴害

Nhạn nô

Nhạn nô là con nhạn nhỏ nhất trong đàn, rất nhanh trí cảnh giác. Đêm đến cả đàn đi ngủ, chỉ nhạn nô không ngủ, canh gác cho cả đàn. Nếu có động tĩnh gì, nhạn nô liền kêu lên. Nghe tiếng nhạn nô, cả đàn chim nhạn liền gọi nhau ầm ĩ bay đi. Về sau, người trong làng bày ra một kế, nhằm vào đặc tính của nhạn nô. Họ tìm nơi đàn nhạn hay nghỉ đỗ, chuẩn bị sẵn lưới lớn, đào mấy cái hố xung quanh lưới. Trước khi trời tối, mấy người cầm sẵn thòng lọng nấp dưới hố, đợi đến khi trời sáng, bèn châm đuốc bên hố. Nhạn nô thấy sáng kêu lên, nhạn nô vừa kêu, người bẫy chim liền tắt đuốc. Đàn nhạn giật mình tỉnh dậy, thấy không có gì, lại ngủ như cũ. Cứ ba bốn lần như vậy, đuốc châm lên, nhạn nô kêu lên, đàn nhạn choàng tỉnh; sau đó đàn nhạn không thấy gì, nghĩ rằng nhạn nô báo tầm bậy, liền vây lấy nhạn nô mổ tới tấp, sau đó lại ngủ. Một lúc sau, người bẫy chim lại đốt đuốc, nhạn nô sợ bị

【原文】

人闻其无声，乃举网张之，率十获五。

——《景文集》

【释文】

怕雁群再次啄咬它，也不敢鸣叫了。乡里人听到雁奴没有鸣叫，于是才拉绳张网，一般十只大雁中可以捉到其中的五只大雁。

đàn nhạn mổ, không dám kêu nữa. Lúc bấy giờ, người bẫy chim mới tung lưới ra, đàn nhạn sa lưới mất một nửa.

- Cảnh Văn tập

猩猩醉酒

【原文】

山谷间，（猩猩）常数十为群。里人以酒并糟设于路侧，织草为屐，更相连结。猩猩见酒及屐，知里人设张，则知张者祖先姓字，乃呼名云：“奴欲张我！舍而去。”复自再三，相谓曰：“试共尝酒。”及饮其味，逮乎醉。因取屐着之而踬。乃为人擒，无遗者。

——《谭概》

【释文】

猩猩住在山谷中间，它们活动经常是成群几十个结伴一起。乡里人就用酒和糟放在路的一边，猩猩喜欢穿鞋子，乡里人就把编织好的鞋子相互连接起来，也放在路边。猩猩看见路旁放着的酒和鞋子，明白是乡里人设下的诱捕它们的罗网，而且还知道放罗网的人的祖先的姓名，于是喊叫他的名字说：“你们还要设罗网捕捉我们！我们要舍弃酒和鞋子离开这里。”这样呼叫反复进行了许多次，后来猩猩们互相说：“我们试着一起品尝品尝这酒吧。”等打开酒瓶，闻到酒的美味时，就忍不住喝到了大醉。猩猩们就拿过草鞋往脚上穿，却互相绊倒了。于是它们一个个被乡里人捉住，没有一个遗漏的。

Đười ươi say rượu

Trong khe núi, (đười ươi) thường kết thành bầy vài chục con. Người trong làng mang rượu và bỗng rượu đặt ở bên đường, kết cỏ làm guốc, buộc dây nối liền với nhau. Đười ươi nhìn thấy rượu và guốc, biết là người làng bày ra định bắt mình, còn biết được tên họ tổ tiên người làm chuyện đó, liền réo lên chửi: "Chúng mày định hại chúng tao phỏng?" Rồi vứt bỏ mà đi. Sau đó tiếp tục nhiều lần như vậy, đười ươi bèn bảo nhau: "Mình cùng nếm thử rượu xem." Lúc đầu uống một tí, sau thấy vị ngon, uống ào đến say. Rồi con nào con ấy xỏ chân vào guốc đi thất thểu. Lúc này, người ta xông ra bắt, không con nào chạy được.

- Đàm khái

瞎子问太阳

【原文】

生而眇者不识日，问之有目者。

或告之曰："日之状如铜盘。"扣盘而得其声。他日闻钟，以为日也。

或告之曰："日之光如烛。"扪烛而得其形。他日揣籥，以为日也。

日之与钟、籥亦远矣，而眇者不知其异，以其未尝见而求之人也。

——《苏轼文集》

【释文】

有一个天生失明的瞎子，他没有见识过太阳，他就请教有眼睛的人，问太阳是什么样子。

有人告诉瞎子说："太阳的形状就像一个铜盘。"有一次，瞎子敲铜盘时，听到了铜盘的声音。后来，他把发出声音的钟就当做太阳了。

有人告诉瞎子说："太阳的光就像一支燃烧的蜡烛。"瞎子摸摸蜡烛，摸着感觉它的样子。后来，他摸到一种像蜡烛叫籥的乐器，就以为它是太阳了。

太阳和钟、籥形状相差得太远了，可是瞎子并不曾知道它们之间有什么差别，因为他从来没见到过太阳，而是向别人请教得来的知识。

Người mù hỏi mặt trời

Một người mù từ khi vừa lọt lòng mẹ, không biết mặt trời hình dáng như thế nào, liền hỏi người mắt sáng.

Có người tả cho anh mù: "Mặt trời trông giống như cái mâm đồng." Anh mù gõ mâm đồng thấy có tiếng kêu. Ngày sau nghe tiếng chuông kêu, cứ tưởng là mặt trời.

Có người tả cho anh mù: "Mặt trời toả sáng như nến." Anh mù sờ cây nến, biết hình thù của nó. Ngày sau sờ thấy ống sáo, cứ tưởng là mặt trời.

Mặt trời và cái chuông, ống sáo khác xa nhau, nhưng người mù không biết là khác nhau, là bởi vì chưa được nhìn thấy, chỉ nhờ người khác nói cho mà thôi.

- Tô Thức văn tập

三老人论年

【原文】

尝有三老人相遇，或问之年。一人曰："吾年不可记，但忆少年时，与盘古有旧。"一人曰："海水变桑田时，吾辄下一筹，尔来吾筹已满十间屋。"一人曰："吾所食蟠桃，弃其核于昆仑山下，今已与昆仑齐矣。"以余观之，三子者与蜉蝣、朝菌何以异哉！

——《东坡志林》

【释文】

过去曾经有三个年纪很大的老人碰到了一起，有人询问他们的年纪有多大。其中一个老人说："我的年龄我自己已经记不清了，我只记得在我年轻的时候，与盘古有老交情。"另一个老人说："人类每遇到大海变成桑田的时候，我就放一支筹码记录一下，到现在我记下来的筹码已经堆满十间屋了。"最后一个老人说："蟠桃三千年才成熟一次，我把吃过的蟠桃核扔到昆仑山的脚下，如今被我扔的桃核已经与昆仑山一样高了！"在我看来，这三位的年龄与生命短暂的蜉蝣、朝菌有什么不同呢！

Ba cụ già hỏi tuổi

Có ba cụ già tình cờ gặp nhau, hỏi thăm tuổi tác của nhau. Cụ thứ nhất nói: "Tôi không nhớ rõ tuổi của tôi, nhưng nhớ rằng hồi còn trẻ, từng làm bạn với ông Bàn Cổ." Cụ thứ hai nói: "Mỗi lần biển khơi biến thành ruộng dâu, tôi lại cắm một thẻ tre làm dấu. Đến nay, thẻ tre đã chất đầy mười gian nhà rồi!" Cụ thứ ba nói: "Tôi ăn quả bàn đào (đào tiên ba nghìn năm mới chín một lần), vứt hạt dưới chân núi Côn Lôn, nay đống hạt đã cao bằng núi Côn Lôn rồi."

Theo ta thấy, ba cụ già kia cũng chẳng khác gì loài phù du hay cây nấm sáng sinh tối chết.

- Đông Ba chí lâm

斗牛图

【原文】

蜀中有杜处士，好书画，所宝以百数。有戴嵩牛一轴，尤所爱，锦囊玉轴，常以自随。一日曝书画。而一牧童见之，拊掌大笑，曰："此画斗牛也，牛斗力在角，尾搐入两股间，今乃掉尾而斗，谬矣！"处士笑而然之。

——《东坡志林》

【释文】

在四川境内，有一个有才德而不愿做官的姓杜的人，他非常喜好收藏书画，他认为自己珍藏的名贵画作就达到了好几百幅。其中珍藏有唐代名画家戴嵩画牛的一幅画，他更是特别喜爱，用玉石来制作画轴，把这幅画放在锦绣袋子里，经常随身携带着。有一天，他在家门口晾晒自己所爱的这幅书画。有一个牧童看见了这幅画，指着画拍手大笑起来，对他说道："这画的哪里是什么斗牛啊，牛相斗的时候力量都会集中在牛的犄角上，牛尾巴抽回夹在两腿的中间，现在这里却将牛画成摇着尾巴在相斗，这幅画画错了！"处士笑了笑，认为牧童说的很正确。

Tranh chọi trâu

Đất Thục có thư sinh họ Đỗ, rất thích thư hoạ, có đến hàng trăm bức tranh được anh ta coi là tranh quý. Trong đó có bức tranh vẽ trâu của Đới Tung, anh ta đặc biệt yêu quý, dùng gấm vóc bồi cho dày, lồng vào trục ngọc, thường mang theo bên mình. Một hôm đem tranh ra phơi trong sân. Có đứa bé chăn trâu nhìn thấy, bèn vỗ tay cười ngặt nghẽo, nói: "Tranh này vẽ trâu húc nhau, trâu húc nhau chủ yếu là dùng hai sừng, còn đuôi thì quặp vào khe đít. Bức tranh này, trâu húc nhau mà đuôi trâu vung vẩy hai bên, là sai toét rồi!" Thư sinh bèn cười, cho là cậu bé nói đúng.

- Đông Ba chí lâm

钻牛角尖

【原文】

营丘士，性不通慧，每多事，好折难而不中理。一日，造艾子问曰：“凡大车之下，与橐驼之项，多缀铃铎，其何故也？”艾子曰：“车、驼之为物甚大，且多夜行，忽狭路相逢，则难于回避，以借鸣声相闻，使预得回避尔。”

营丘士曰：“佛塔之上，亦设铃铎，岂谓塔亦夜行而使相避邪？”艾子曰：“君不通事理，乃至如此！凡鸟鹊多托高以巢，粪秽狼藉，故塔之有铃，所以警鸟鹊也，岂以车驼比邪？”

【释文】

营丘这地方有一个读书人，天生就不怎么聪明，而且总是喜欢多事，喜爱与人没道理地无端争辩。有一天，他拜访艾子，向他问道：“几乎所有的大车上和骆驼的脖子上，都拴挂着铃铛，那是为什么呢？”艾子回答说：“大车和骆驼这两个都是比较庞大的东西，而且经常在夜间行动，如果有一天在狭窄逼仄的道路上突然相会时，就会难以相互回避，所以借用铃铛发出的声响让彼此对方能够听见，让他们预先得到信息来避免碰撞在一起。”

营丘的读书人又说：“在佛塔之顶上，一般也会挂铃铛，难道说佛塔也会在夜间行走而让它们彼此回避吗？”艾子回答他说：“您不通事理怎么到了这样的地步了！凡是鸟鹊大多都将它们的巢穴构筑在高的地方，这样就会弄得到处都是粪便，所以佛塔顶上有铃铛，是用它发出声响来惊吓鸟鹊的，怎么可以拿佛塔顶的铃铛和大车下、骆驼脖子上的铃铛做比较呢？”

Lý sự cùn

Đất Doanh Khâu có học trò, tuy không thông minh, nhưng rất nhiễu sự, thích hỏi vặn cãi cùn. Một hôm, anh ta đến gặp ông Ngải Tử hỏi: "Bên dưới xe lớn và trên lạc đà treo chuông để làm gì?" Ông Ngải Tử đáp: "Xe và lạc đà rất cồng kềnh, lại thường đi đêm, đi đường nhỏ lỡ gặp nhau, thì rất khó tránh, nên treo chuông để nghe biết từ xa mà tránh."

Thư sinh Doanh Khâu lại hỏi: "Thế trên tháp Phật cũng treo chuông, cũng là sợ đi đêm va phải cái tháp à?" Ông Ngải Tử nói: "Ông cùn đến mức thế này ư! Thường chim chóc thích làm tổ trên cao, phóng uế bẩn thỉu, nên treo chuông trên tháp là để cho chim chóc sợ, đâu giống như xe và lạc đà."

【原文】

营丘士曰:“鹰、鹞之尾，亦设小铃，安有乌鹊巢于鹰鹞之尾乎?”艾子大笑曰:“怪哉，君之不通也！夫鹰準击物，或入林中，而绊足绦线，偶为木之所绾，则振羽之际，铃声可寻而索也，岂谓防乌鹊之巢乎?”

营丘士曰:“吾尝见挽郎秉铎而歌，虽不究其理，今乃知恐为木枝绾，而便于寻索也！”抑不知绾郎之足者，用皮乎? 用线乎?”艾子愠而答曰:“挽郎乃死者之导也，为死人生前好诘难，故鼓铎以乐其尸耳！”

——《艾子杂说》

【释文】

营丘的读书人又说:“家养的鹰和鹞子的尾巴上，也都系挂着小的铃铛，那怎么没看见有乌鹊把巢筑在鹰和鹞子的尾巴上的呢?”艾子听了这句话，大笑道:“你问的太古怪、太不通情理了！您真是太不可理喻啦！鹰隼常常袭击动物，有时候要进入到树林中觅食，但它脚上系的绳索有时偶尔会被树木所缠绕，就在它扑动翅膀的时候，铃铛的响声可以让别人听声去寻找。你怎么说它是防乌鹊做巢呢?”

营丘的读书人又说:“我曾经见到过送葬时为灵柩前导的人边晃动着铃铛边唱着歌，但是我一直弄不明白他为什么这样做，今天听了你的话，我终于知道这个人是怕被树木缠住了，便于别人找他啊！不知道这个人脚上绑的是皮线，还是绳线?”艾子生气地回答道:“挽郎，他是替死的人引导，因为这个死人生前喜爱毫无道理地发问，所以他摇铃铛用来取笑这死者的尸体啊！”

Thư sinh Doanh Khâu lại hỏi: "Chim ưng chim cắt đi săn, trên đuôi cũng buộc chuông nhỏ, lẽ nào cũng sợ chim chóc đến làm tổ ở đuôi nó à?" Ông Ngải Tử cười lớn, đáp: "Lạ kỳ thay, ông cũng cùn thật đấy! Chim ưng chim cắt săn mồi, thường phải bay vào rừng, mà chân chim có dây buộc, sợ bị cành cây ngoắc phải, khi rung đuôi có tiếng chuông kêu, có thể theo đó mà tìm, chứ đâu phải sợ chim chóc làm tổ ở đuôi nó?"

Thư sinh Doanh Khâu lại hỏi: "Tôi thấy trong đám tang, đi trước quan tài có một người lắc chuông mà hát, tôi vốn không hiểu để làm gì, nay mới biết té ra người này sợ vướng vào cành cây, như thế sẽ dễ tìm hơn! Không biết là chân anh ta bị buộc bằng gì, bằng da ư? Hay bằng dây?" Ông Ngải Tử không chịu được nữa, liền nói: "Người đi trước quan tài là để dẫn đường cho người chết, vì người chết đó khi sống chỉ thích tranh cãi lý sự cùn, nên rung chuông là để cười nhạo cái xác ấy vậy."

- Ngải Tử tạp thuyết

大善士

【原文】

昔有人得一鳖，欲烹而食之，不忍当杀生之名，乃炽火使釜水百沸，横筱为桥，与鳖约曰："能渡此则活汝。"鳖知主人以计取之，勉力爬沙，仅能一渡。主人曰："汝能渡桥，甚善！更为我渡一遭。"

——《桯史》

【释文】

从前有一个人在河水中抓到了一只鳖，他想把它烹煮了吃掉，但是他却不愿意自己承担杀害生灵的名声。于是，他就用大火把锅里的水烧得滚开沸腾，并在开水锅上横着一根竹子当做渡桥，他对着鳖约定说："如果你能爬过这座竹桥，我就让你活着。"鳖明白自己的主人用诡计陷害自己的性命，也只好费尽力气往前爬行，但也只能爬过桥一次。主人对它说："你还能爬过桥，真是太妙了！请再爬一遍吧，我想再看一看。"

Người tốt bụng

Xưa có một người bắt được con ba ba, muốn nấu lên ăn, nhưng lại không muốn mang tội sát sinh, bèn bắc bếp nấu một nồi nước sôi, trên miệng nồi bắc ngang một thanh tre làm cầu, rồi bảo với ba ba rằng: "Nếu mày bò được qua thì tao sẽ thả cho mày sống." Ba ba biết được ý định của người này, nên bò rất cẩn thận, khó khăn lắm mới bò qua được. Người kia lại nói: "Mày bò qua được thế là giỏi! Giờ hãy bò thêm lần nữa cho tao xem."

- Thinh sử

古书换古铜

【原文】

有一士人，尽掊其家所有，约百余千，买书将以入京。至中涂，遇一士人，取其书目阅之，爱其书而贫不能得，家有数古铜器将以货之，而鬻书者雅有好古器之癖，一见喜甚。乃曰：“无庸货也，我将与汝估其直而两易之。”于是尽所随行之书换数十铜器。

亟返其家，其妻方讶夫之回，疾视其行李，但见二三布囊磊块然，铿铿有声。问得其实，乃詈其夫曰：“你换得他这个，几时近得饭吃？”其人曰：“他换得我那个也，则几时近得饭吃？”

——《道山清话》

【释文】

有一个读书人，卖掉家中所有的财产，大约有百余金，后来，他买了一批书将要用车运到京城去卖。他行走到京城的半路上时，遇到了另一个读书人，就拿卖书人车上的书来看，这个读书人非常喜欢车上的书，却因为家无分文买不起卖书人的书，但是穷书生家中藏有一些古铜器，就想卖掉自己的古铜器来买这卖书人的书，而卖书的人有收藏把玩古玩物的雅癖，一看见古铜器就非常高兴。于是卖书的人对穷书生说：“你不用贱卖你的古铜器，我将用我的书和你的古铜器，估算价值相互交换。”于是卖书人把全部随行的书换回数十件铜器。

读书人换回古铜器后，急切地返回到家中，他的妻子对丈夫这么快就返回家中感到惊讶，她急忙看一看丈夫的行李，只见两三只鼓鼓的布袋，摸一摸发出铿铿的声音。她问明事情的原委后，就大声骂她的丈夫说：“你用书换得他这些东西回家，我们家什么时候能吃到饭？”这个人对他的妻子说：“他换得我那些书，他家什么时候能吃到饭？”

Sách cổ đổi đồng cổ

Có một anh học trò, dốc hết tài sản trong nhà, được chừng hơn trăm lạng vàng, mua được một gánh sách mang ra kinh thành để bán. Giữa đường, gặp một người học trò khác, lấy sách của anh ta đọc, rất thích nhưng vì nghèo nên không có tiền mua, trong nhà có ít đồ đồng cổ bèn định mang bán lấy tiền, nhưng anh bán sách lại rất thích đồ đồng cổ, vừa thấy đã mê. Liền nói: "Anh không phải đi bán nữa. Hai chúng ta hãy định giá rồi trao đổi cho nhau, chả hơn ư?" Rồi đem toàn bộ gánh sách đổi lấy vài chục món đồ đồng.

Về đến nhà, vợ thấy chồng về nhanh quá bèn vội tới xem hành lý, chỉ thấy mấy cái túi căng phồng, có tiếng leng keng. Hỏi rõ chuyện rồi, bèn trách chồng rằng: "Anh đổi lấy những thứ kia bao giờ mới có cơm ăn!" Anh học trò nói: "Như nhau cả thôi, anh ta đổi lấy sách của mình cũng không biết bao giờ mới có cơm ăn!"

- Đạo Sơn thanh thoại

瓠里子择舟

【原文】

瓠里子自吴归粤，相国使人送之，曰:“使自择官舟以渡。”送者未至。于是舟泊于浒者以千数，瓠里子欲择之而不能识。送者至，问之曰:“舟若是多也，恶乎择？”对曰:“甚易也！但视其敝篷、折橹、破帆者，即官舟也。”从而得之。瓠里子仰天叹曰:“今之治政，其亦以民为官民与，则爱之者鲜矣，官其敝也。”

——《郁离子》

【释文】

瓠里子准备从吴国返回到粤地去，吴相国就让人去送他，并对他说:“派使的人自己会挑选好官船过河。”送的人还没有来到。这时，有上千条船停泊在水边，瓠里子想挑一条官船却不能辨识出哪些是官船。送的人到了这里，瓠里子就问他:“水边停泊的船这么多，怎么挑选官船啊？”那人回答说:“这太容易了！只要看到那些有破旧的船篷、断折的船橹和破烂的帆的船，那就是官船。”瓠里子听从他的意见很快地找到了官船。瓠里子仰天叹道:“如今治理国家政事，也是把民当成官家的民了吧，那么爱他们的人就太少了，他们应该也是极其困难的了。”

Hồ Lý Tử tìm thuyền

Hồ Lý Tử từ đất Ngô trở về đất Việt, tướng quốc phái người đi tiễn, dặn: "Để cho ông ta tự tìm thuyền công mà qua sông." Người đi tiễn còn chưa đến. Trên bến có đến nghìn con thuyền đang đỗ, Hồ Lý Tử muốn tìm mà không thể nhận ra thuyền nào với thuyền nào. Người đi tiễn đến rồi, Hồ Lý Tử bèn hỏi: "Thuyền nhiều như vậy, biết tìm thế nào đây?" Đáp rằng: "Dễ thôi! Cứ tìm chiếc thuyền nào rách mui, gẫy mái chèo, buồm rách vá, chính là thuyền công đấy." Theo lời đó, quả nhiên tìm được. Hồ Lý Tử ngửa mặt nhìn trời than rằng: "Kẻ làm chính sự ngày nay, cũng coi dân là dân công vậy, rất ít người yêu thương dân, vì là của công nên không ai chăm sóc."

- Úc Ly Tử

真假汉鼎

【原文】

洛阳布衣申屠敦有汉鼎一，得于长安深川之下。云螭斜错，其文烂如也。西邻鲁生见而悦焉，呼金工象而铸之。淬以奇药，穴地藏之者三年。土与药交蚀，铜质已化，与敦所有者略类。

一旦，持献权贵人，贵人宝之，飨宾而玩之。敦偶在坐，心知为鲁生物也，乃曰："敦亦有鼎，其形酷肖是，第不知孰为真耳。"权贵人请观之，良久曰："非真也。"众宾次第咸曰："是诚非真也。"敦不平，辨数不已。众共折辱之，敦噤不敢言，归而叹曰："吾今然

【释文】

洛阳有一个平民百姓叫申屠敦，他拥有一个汉朝的鼎，这汉鼎是在长安的一个深深的山川底下得到的。这个汉鼎的外形装饰有云和螭，它们互相掩映交错，色彩斑斓。西边的邻里有个姓鲁的人看见了这个汉鼎就非常喜欢，于是，他聘请到了铸金的工匠仿照它的样子铸造了一个鼎。铸造的时候，他把这仿造的鼎浸泡在特殊的药水中冷却，还把这个鼎埋在地下洞穴中藏了三年。又过了一段时日，埋在地下仿制的鼎被泥土和特殊的药水一起相互侵蚀着，它的铜质已经发生很大的变化，最后与申屠敦拥有的汉鼎看起来区别已经不大了。

一天，鲁生把这仿制的鼎呈献给了一个权贵人，这个权贵人把这个鼎当做宝贝一样看待，大宴四方宾客一起来观赏鲁生送给他的这个鼎。申屠敦碰巧也在这个宴席上，心里明白这是鲁生仿制的东西，于是就对权贵人说："我也有一个鼎，它的外形跟这个鼎很相

Đỉnh thật đỉnh giả

Lạc Dương có người thường dân tên là Thân Đồ Đôn có một cái đỉnh đời Hán, mò được dưới sông sâu ở Trường An. Trên đỉnh khắc hình mây và con ly vấn vít, hoa văn tuyệt đẹp. Hàng xóm phía tây là ông Lỗ nhìn thấy thì rất thích, bèn gọi thợ đồng đúc một cái đỉnh tương tự. Đúc xong ngâm vào thuốc lạ, rồi đào đất chôn xuống ba năm. Đất và thuốc cùng bào mòn, chất đồng biến hoá, giống chiếc đỉnh của ông Đôn như đúc.

Một hôm, ông ta mang cái đỉnh đó tặng cho một vị quý nhân, vị quý nhân này thích lắm, mở tiệc mời khách đến cùng xem. Ông Đôn cũng có mặt trong yến tiệc, biết là cái đỉnh của ông Lỗ, bèn nói: "Nhà tôi cũng có một cái đỉnh, giống hệt như thế này, không biết cái nào là thật." Quý nhân kia bảo ông mang đến cho mình xem, xem một hồi lâu, bèn nói: "Không phải là đỉnh thật." Các vị khách cũng mỗi người một câu, đều nói: "Quả đúng không phải là thật!" Ông Đôn bất bình, nhưng không cãi lại được. Mọi người cùng chê bôi, ông Đôn không nói được câu nào nữa, quay về nhà

【原文】

后知势之足以变易是非也。”龙门子闻而笑曰：“敦何见之晚哉？士之于文亦然。”

——《宋学士文集》

【释文】

似，只是我无法辨别哪个是真正的原品。”权贵人请求观赏、鉴别一下他的鼎，权贵人看了申屠敦的鼎很长一段时间说：“这鼎不是真品。”那些权贵人宴请的宾客也各个依次地都说：“确实不是真品。”申屠敦心中难以平静，口中多次争辩个不停。众宾客都纷纷一起挖苦嘲笑申屠敦，弄得申屠敦不敢说话了，回到家中感慨地说：“经历此事之后，我才知道权势足够改变是非判断呀。”龙门子听到这句话之后笑着说：“申屠敦怎么这么晚才明白这个道理啊？读书人谈论文章也是这样的啊。”

than rằng: “Giờ thì ta đã biết quyền thế có thể thay đổi đúng sai.” Long Môn Tử nghe vậy thì cười nói: “Sao ông Đôn lại nhận ra muộn màng thế? Kẻ sĩ bình văn cũng giống như vậy.”

- Tống học sĩ văn tập

焚庐灭鼠

【原文】

越西有独居男子，结茨为庐，力耕以为食。久之，菽粟盐酪具，具无仰于人。常患鼠，昼则累累然行，夜则鸣啮至旦。男子积憾之。一旦被酒归，始就枕，鼠百出，故恼之，目不能瞑。男子怒，持火四焚之。鼠死，庐亦毁。次日酒解，怅怅无所归。

龙门子唁之。男子曰："人不可积憾哉！予初怒鼠甚，见鼠不见庐也，不知祸至于此。"

——《龙门子凝道记》

【释文】

越西有一个独自居住的男子，他编织茅草做成一个房屋，凭自己的力量耕作来获得食物，时间长了，豆类粟米盐和调料等生活用品，都不需要依靠别人的帮助。但是他的房屋内常常有很多老鼠来祸害，那些老鼠白天成群结队地在屋子里乱窜，夜里边发出声音边咬东西，一直要闹到第二天早上。这个汉子一直为这烦恼生气不已。有一日，他喝了很多酒回到房屋里，刚刚靠在枕头上眯上眼睛准备睡觉，老鼠使出各种花样吵闹，好像故意惹他气恼，让他无法闭上眼睛休息。这个男人大怒，便用火来四处焚烧老鼠。老鼠都被烧死了，可是单身汉的茅屋也被烧毁掉了。第二天，他酒醒之后，发现自己的茅屋已经烧毁了，一副惆怅而无家可归的样子。

龙门子对单身汉的不幸感到难过，就过去安慰他。单身汉对龙门子说："人不可以堆积愤恨啊！我起初只是对老鼠有怨恨，在焚烧老鼠的时候，我只看见老鼠却忘了自己的房子，没想到竟出现这样一场灾祸。"

Hun chuột

Vùng Việt Tây có một anh độc thân, kết cỏ gianh làm nhà, chăm chỉ cày bừa để ăn. Lâu dần, đậu thóc muối sữa đều đầy đủ cả, không cần phải dựa vào người khác nữa. Nhưng lại gặp nạn chuột, ban ngày chuột kết thành đàn chạy đi chạy lại, ban đêm gặm nhấm đồ vật, cắn nhau chí choé đến sáng. Anh độc thân vô cùng bực bội. Một hôm đi uống rượu về, vừa chợp mắt, cả trăm con chuột đã kéo ra chạy lung tung, quấy phá đủ đường, khiến anh không sao ngủ được. Anh giận lắm, bò dậy, đốt đuốc, dí vào khắp nơi có chuột mà đốt. Quả nhiên chuột bị thui chết, nhưng ngôi nhà gianh cũng ra tro. Hôm sau tỉnh rượu, anh ta ngẩn ngơ không hiểu ra sao cả.

Long Môn Tử đến an ủi anh ta, anh ta nói: "Người ta không thể giận dữ được. Tôi giận con chuột, chỉ thấy có chuột, mà không thấy ngôi nhà, nên mới gây ra tai hoạ thế này."

- Long Môn Tử Ngưng Đạo ký

猫怕老鼠

【原文】

卫人束氏，举世之物，咸无所好，唯好畜狸狌。狸狌，捕鼠兽也。畜至百余，家东西之鼠捕且尽，狸狌无所食，饥而嗥。束氏日市肉啖之。狸狌生子若孙，以啖肉故，竟不知世之有鼠。但饥辄嗥，嗥则得肉食，食已与与如也，熙熙如也。南郭有士病鼠，鼠群行有堕瓮者，急从束氏假狸狌以去。狸狌见鼠双耳耸，眼突露如漆，赤鬣，又磔磔然，意为异物也，沿鼠行不敢下。士怒，推入之。狸狌怖甚，对之大嗥。久之，鼠度其无他技，啮其足，狸狌奋掷而出。

【释文】

卫国境内有一个姓束的人，他对整个世间上的东西，都没有什么特别的喜好，他只爱好喂养猫。猫，是捕捉老鼠的动物，他家喂养有一百多只的猫，房屋周围所有老鼠都要被捕食完了。猫就没什么吃的了，饥饿得整天大叫。束氏只好每天在集市上买肉回来给猫吃。猫生出来的子辈和孙辈，因为经常吃肉的缘故，竟然连世界上还有老鼠这种动物都不知道。只要饿了就大叫，一大叫就能够得到肉吃。猫吃完肉之后，懒懒散散，一副安然自得的样子。城的南面有一个读书人，他的家里老鼠多的患难成灾，家中的老鼠成群结队出来乱窜，甚至有的还掉落到了盛东西的容器中，他急匆匆地从束氏家里借了猫到自己家中来捕捉老鼠。猫看见老鼠的两只耳朵高耸，眼睛突出在外面像漆一样黑亮，有红色的胡须，吱吱地乱叫，便猜想老鼠一定是一个怪物，所以只是绕着瓮的边沿走动而不敢下到瓮中去捕捉老鼠。这个读书人看了非常生气，就把猫推到瓮中。猫在瓮中非常害怕，对着老鼠大叫。猫这样叫的时间久了，老鼠估摸猫没有什么特别的能耐，就开始咬猫的脚，猫奋力从瓮中纵身而逃出。

Mèo sợ chuột

Nước Vệ có ông Thúc, trên đời chẳng thích thứ gì, chỉ thích mỗi một việc nuôi mèo. Mèo là loài bắt chuột. Trong nhà ông nuôi đến hơn trăm con mèo, bắt hết chuột của các nhà hàng xóm xung quanh, mèo không còn gì để ăn, đói quá kêu meo meo suốt ngày. Ông Thúc hàng ngày phải mua thịt về cho mèo ăn. Mèo nhà ông sinh mèo con, mèo cháu, đều ăn thịt, không có con mèo nào biết con chuột là cái gì. Chỉ biết đói thì kêu meo meo, kêu thì có thịt ăn, ăn xong rồi thì chậm chạp biếng nhác, trông rất hiền hoà. Phía nam thành có một anh học trò, trong nhà có nhiều chuột, kéo nhau thành đàn chạy khắp nơi, rơi cả vào trong chum, bèn sang nhà ông Thúc mượn con mèo về để bắt chuột. Con mèo nhìn thấy chuột vểnh tai lên, mắt lồi đen bóng như sơn, râu đỏ chót, kêu chít chít, ngỡ là quái vật, chỉ chạy vòng quanh chum mà không dám nhảy xuống. Anh học trò bực quá, đẩy con mèo xuống. Con mèo sợ quá, nhìn chuột kêu lên ầm ĩ. Một lúc sau, chuột thấy mèo chả có bản lĩnh gì, liền lao đến cắn vào chân mèo, mèo cố sống cố chết nhảy vọt ra khỏi chum chuồn thẳng.

铁杵磨针

【原文】

李白少读书，未成，弃去。道逢老妪磨杵，白问其故。曰：“欲作针。”白感其言，遂卒业。

——《潜确类书》

【释文】

李白年少的时候，读书还没读完，就无心读书要放弃自己的学业。有一次在路上，他遇到了一个老婆婆在磨铁棒，李白问她磨这样的铁棒干什么。老婆婆对他说：“我想把它磨成一根针。”李白听了老婆婆这句话，心里感慨万千，他就返回学堂，最终完成了自己的学业。

Có công mài sắt có ngày nên kim

Lý Bạch hồi nhỏ đi học, chưa học xong đã bỏ trốn về. Trên đường, nhìn thấy một bà cụ đang cầm thỏi sắt mài vào hòn đá, bèn hỏi bà đang làm gì. Bà cụ đáp: "Bà mài thành kim khâu." Lý Bạch bừng tỉnh, bèn trở lại học hành đến nơi đến chốn.

- Tiềm Xác loại thư

搔　痒

【原文】

昔人有痒，令其子索之，三索而三弗中。令其妻索之，五索而五弗中也。其人怒曰："妻子内我者，而胡难我。"乃自引手，一搔而痒绝。何则？痒者，人之所自知也。自知而搔，宁弗中乎？

——《应谐录》

【释文】

从前有一个人，一次他身上有一处发痒，就要他的儿子帮忙挠痒，结果挠了三次都没有挠到痒的地方。要他的妻子帮他挠痒，结果也是挠了五次都没有挠到痒的地方。那个人生气地说："老婆与孩子都是我最亲近的人，怎么这样难以找到我的痒处？"于是自己抬手一挠，痒就停止了。这是为什么呢？痒这种事情，是只有人自己才能感觉到在身体的哪个部位的。自己知道哪里痒就会找到痒处去挠痒，这样难道还会挠不中地方吗？

Gãi ngứa

Xưa có người bị ngứa, gọi đứa con lại gãi, gãi ba chỗ mà vẫn không trúng. Lại gọi vợ đến, gãi đến năm chỗ mà vẫn nói không đúng chỗ ngứa. Người này nổi giận mà nói: "Vợ, con đều là người chí thân của ta, mà sao lại cố tình làm khó ta!" Nói đoạn, anh ta tự thò tay gãi, vừa gãi đã đúng ngay chỗ ngứa, thế là hết ngứa. Vì sao lại thế? Vì ngứa thì chỉ có bản thân mình biết, tự biết mà gãi, có thể trật được sao?

- Ứng hài lục

两个射雁的人

【原文】

昔人有睹雁翔者，将援弓射之，曰：“获则烹。”其弟争曰：“舒雁烹宜，翔雁燔宜。”竞斗而讼于社伯，社伯请剖雁，烹燔半焉。已而索雁，则凌空远矣。

——《贤奕编》

【释文】

从前，有个看见大雁在天空中飞翔的人，准备要拉动弓箭去射杀它，他对他弟弟说：“我把大雁射下来，蒸煮吃了它。”他的弟弟与他争辩着说：“栖息的大雁适合蒸煮着吃，飞翔的大雁还是应该烤着好吃。”两人打斗、争辩不停，就到社长那里去评理，社长就建议他们把大雁剖开成两半，一半煮着吃，另一半烤着吃。等判定完毕后，再去寻找大雁，大雁早已在高空中飞得很远了。

Hai người săn nhạn

Xưa có người nhìn thấy chim nhạn bay qua, liền chuẩn bị cung tên để bắn, nói: "Bắn được sẽ đem xáo." Người em bèn cãi: "Vịt nhà xáo thì ngon, nhưng nhạn thì nướng mới ngon." Hai người cứ cãi vã mãi, tìm đến cả xã trưởng để phân xử, xã trưởng bèn phân xử rằng chặt đôi con nhạn ra, nửa xáo, nửa nướng. Lúc này mới đi tìm nhạn, thì đã bay tít xa tận chân trời rồi.

- Hiền dịch biên

给猫起名

【原文】

齐奄家畜一猫，自奇之，号于人曰“虎猫”。客说之曰：“虎诚猛，不如龙之神也，请更名曰‘龙猫’。”

又客说之曰：“龙固神于虎也，龙升天须浮云，云其尚于龙乎？不如名曰‘云’。”又客说之曰：“云霭蔽天，风倏散之，云故不敌风也，请更名曰‘风’。”

又客说之曰：“大风飙起，维屏以墙，斯足蔽矣，风其如墙何！名之曰‘墙猫’可。”又客说之曰：“维墙虽固，维鼠穴之，墙斯圮

【释文】

齐奄家喂养了一只猫，他自认为这只猫非同一般，他就告诉别人说猫的大名是“虎猫”。有一个客人劝说道：“老虎确实是一个非常威猛厉害的动物，但是它还比不上龙的神通广大。请将猫名字改为‘龙猫’。”

另一个客人劝他道：“龙确实比虎更神通广大。可是龙升入天空中必须要借助云才能浮游，云应该比龙更好一些吧？不如叫‘云猫’。”另一个客人游说他道：“云雾常常遮蔽天空，风突然一下过来就把云吹散了，所以云是抵不过风啊，请更换它的名字叫‘风猫’。”

另一个客人劝他说：“大风狂起的时候，遮挡大风用墙，墙可以挡蔽风。风怎么能和墙相比？给它取名叫‘墙猫’就行了。”另一个客人劝说他道：“墙虽然很坚固，老鼠可以在里面打洞，这墙就全都倒塌啦。墙又怎么比得上老鼠？可以给它取名叫‘鼠猫’”。东里的

Đặt tên cho mèo

Tề Yêm nuôi một con mèo, tự cho rằng nó rất đặc biệt, nói với người khác rằng tên nó là "Hổ miêu." Một người bạn nói rằng: "Hổ tuy rất dũng mãnh, nhưng không thần thông bằng rồng, xin hãy đổi tên thành Long miêu."

Lại có một người bạn nói rằng: "Rồng tuy thần thông hơn hổ, nhưng rồng muốn bay lên trời thì phải có mây, chẳng phải mây còn cao quý hơn rồng ư? Chi bằng hãy đặt tên cho nó là Vân miêu."

Lại một người bạn khác nói rằng: "Mây che kín trời, nhưng chỉ một cơn gió là mây tan ngay. Mây chọi làm sao được với gió? Xin hãy đổi tên là Phong miêu."

Lại một người bạn khác nói rằng: "Gió lớn nổi lên, chỉ cần dựng một bức tường có thể chắn được. Gió có cách gì đối phó được tường? Hãy đặt tên cho nó là Tường miêu."

Lại một người bạn khác nói rằng: "Tường tuy chắc chắn, chuột có thể đục lỗ, lỗ mà nhiều thì tường sẽ đổ, tường đâu có

【原文】

矣，墙又如鼠何！即名曰‘鼠猫’可也。”东里丈人嗤之曰：“噫嘻！捕鼠者固猫也，猫即猫耳，胡为自失其本真哉？”

——《应谐录》

【释文】

老人听到了给猫改名的事情，对他们的行为嗤之以鼻，说：“呵呵！能够捕捉老鼠的本来就应该是猫，猫就是捕捉老鼠的猫，为什么要自己丢失掉本来最真实本性啊？”

địch lại chuột được. Hãy gọi nó là Thử miêu (mèo bắt chuột) đi.”

Ông già xóm đông nghe vậy phì cười nói: “Ha ha! Mèo đương nhiên phải bắt chuột, mèo chính là mèo, tại sao phải tự đánh mất bản tính của mình kia chứ?”

- Ứng hài lục

姜结于树

【原文】

楚人有生而不识姜者，曰：“此从树上结成。”或曰：“从土里生成。”其人固执己见，曰：“请与子以十人为质，以所乘驴为赌。”已而遍问十人，皆曰：“土里生也。”其人哑然失色，曰：“驴则付汝，姜还树生。”

——《雪涛小说》

【释文】

楚国有个从小不知道姜从哪里来的人，他对人说：“姜是从树上结出来的。”有人告诉他说：“姜是从土里长出来的。”这个人顽固地坚持自己的观点，对告诉他的人说道：“请允许我找十个人来评判见证我俩谁说得正确，我愿意把我骑的驴作为赌注。”一会儿，问了请来的十个人，他们都回答说：“姜是从土里长出来的。”这个人寂然发不出声，脸色变得苍白，过了一会儿才说：“驴就算输给你了，不过，我认为姜还是从树上结出来的。”

Gừng mọc trên cây

Nước Sở có một người từ bé đến lớn chưa nhìn thấy cây gừng bao giờ, nói rằng: "Gừng mọc ra ở trên cây." Có người nói: "Gừng mọc ở dưới đất." Nhưng người này khăng khăng không tin, nói: "Tôi với ông hãy đi tìm mười người để hỏi, tôi sẽ đánh cược bằng con lừa tôi cưỡi." Thế là hai người đi hỏi đủ mười người, đều đáp: "Gừng mọc dưới đất." Người kia sầm mặt, nói: "Mặc dù tao mất lừa cho mày, nhưng gừng vẫn mọc ở trên cây!"

- Tuyết Đào tiểu thuyết

只是没有糟

【原文】

余郡西三十里，有河洑山。山隈有王婆庙，不知何代人。父老相传，此婆酿酒为业。一道士往来寓其家，每索酒，辄予饮，累数百壶不酬值，婆不与较。

一日，道士谓婆曰："予饮若酒，无钱相偿，请为若掘井。"井成，泉涌出，皆醇酒。道士曰："此所以偿耳！"遂去。

婆不复酿酒，但持井所出泉应酤者，比夙酿更佳，酤者踵至。逾三年，得钱凡数万，家遂富。前道士忽又至，婆深谢之。道士问

【释文】

我们家所在郡西面三十里的地方，有一座河洑山。山转弯脚下有一座王婆庙，这个婆婆也不知是哪个朝代的人。老人们世世代代相互传说，说这个婆婆以酿酒为业。有一个道士来往经过这里，经常到她家住宿。道士每次住在她家，每次都要向她要酒喝，她也就每次让他喝，总共加起来喝几百壶酒也不付给老婆婆酒钱，老婆婆也从来不和他计较这些酒钱。

有一天，道士对老婆婆说："我喝你那么多的酒，却没有钱来偿还你，请允许我为你挖一口井吧。"井挖成了，泉水涌出来，流出的泉水都变成了好酒。道士对老婆婆说："这是我用来偿还你的！"于是就离开了借住的地方。

老婆婆不再需要酿酒了，只需要将井里涌出的泉水卖给买酒的人，这酒而且比以前自己酿的更好，所以喝酒的人一个接一个地来购买。过了三年后，卖酒赚的钱约有好几万，家里于是也就富裕

Rượu không có bỗng

Cách quận tôi ba mươi dặm về phía tây có núi Hà Phục. Dưới chân núi có miếu Bà Vương, không biết là người thời nào. Các cụ già kể rằng, bà cụ này ủ rượu bán. Có một đạo sĩ đến nhà bà ở nhờ, ngày nào cũng đòi uống rượu, bà lấy cho uống, ghi nợ đến vài trăm bình rượu mà chưa trả được lần nào, bà Vương cũng không tính toán.

Bỗng một hôm, đạo sĩ nói với bà Vương: “Tôi uống rượu của bà, không có tiền trả, nay xin đào cho bà cái giếng.” Đào xong giếng, có suối phun lên, đều là rượu cực ngon. Đạo sĩ nói: “Cái giếng này để trả ơn bà!” Rồi đi.

Từ đấy trở đi, bà Vương không phải ủ rượu nữa, chỉ việc lấy rượu trong giếng ra bán, còn thơm hơn rượu bà làm rất nhiều. Khách đến quán bà uống rượu đông nghịt. Ba năm sau, tiền bán rượu nhiều đến hàng vạn, nhà dần giàu có. Hôm ấy, đạo sĩ kia lại đến. Bà Vương cảm ơn vô cùng. Đạo sĩ hỏi: “Rượu có ngon

【原文】

曰："酒好否？"答曰："好倒好，只猪无糟耳！"道士笑题其壁曰："天高不算高，人心第一高，井水做酒卖，还道猪无糟。"题讫去，自是井不复出酒矣。

——《雪涛小说》

【释文】

起来了。过了不久之后，以前的那个道士突然又来到了老婆婆卖酒的地方，老婆婆深情真心地感谢他。道士问她说："这井里的酒好吗？"婆婆回答道士说："这酒好是好，只是没有酒糟喂猪了！"道士笑了笑，在墙壁上写了两行诗："天高不算高，人心第一高，井水做酒卖，还道猪无糟。"题写完毕之后就离开了，从那以后这口井再也没有流出来酒了。

không?" Bà Vương nói: "Rượu ngon lắm, nhưng không có bỗng rượu để nuôi lợn." Đạo sĩ cười, cầm bút viết một bài thơ lên tường:

"Trời cao mà lại không cao,
Lòng người cao nhất ai nào biết đâu.
Rượu này lấy ở giếng sâu,
Rượu không có bỗng, thì rầu bà Vương."

Viết xong rồi bỏ đi. Từ đó, giếng không còn phun ra rượu nữa.

- Tuyết Đào tiểu thuyết

道听途说

【原文】

毛空者，道听途说之辈也。艾子自楚反齐，毛空过焉。艾子询新闻。毛空曰："人家一鸟产百子。"艾子曰："无此理。"空曰："便是两鸟。"艾子曰："亦无是理。"空曰："便是三鸟。"渐至十鸟。艾子曰："何不减子？"空曰："吾宁加鸟，不肯减子。"艾子笑而唯唯。

毛空曰："前月天雨肉一片，长三十丈，阔十丈。"艾子曰："无是理。"毛空曰："便是二十丈。"艾子曰："亦无是理。"空曰："便是十丈。"艾子曰："汝看世间，那得一片方圆十丈大肉乎？"问鸟产

【释文】

毛空是一个道听途说、爱说闲话的这一类人。战国时期，艾子从楚国返回到齐国，刚进都城的时候，遇到了毛空。艾子就向毛空问询，是否有什么新的听闻告诉他。毛空告诉艾子，说："有一个人家养了一只鸟，一次下了一百个蛋。"艾子对他说："一只鸟怎么会生出这么多蛋，不合事实情理呀！"毛空回答说："那可能就是两只鸟。"艾子对毛空说："这也不可能。"毛空连忙又说："那大概是三只鸟生的。"艾子还是不信。毛空嘴里说到的鸟逐渐增加到十只。艾子问毛空说："你怎么不减少生的蛋？"毛空回答说："我宁愿增加生蛋的鸟，也不愿减少下的蛋。"艾子仍然不相信地笑着。

毛空又对艾子说："上一个月，天空中掉下来一块肉，有三十丈长、十丈宽。"艾子说："没有这样的道理。"毛空连忙改口说："是二十丈长的肉。"艾子说："还是没有天空中下肉的道理"。毛空说："那肉十丈，总差不多了吧！"艾子反问毛空道："你看世间哪里会

Nghe người ta nói

Mao Không là người chuyên nghe tin đầu đường xó chợ. Ông Ngải đi từ nước Sở sang nước Tề, gặp Mao Không. Ông Ngải hỏi tin tức gần đây. Mao Không đáp: "Một nhà nuôi một con chim đẻ ra trăm trứng." Ông Ngải nói: "Làm gì có chuyện ấy!" Ông Không nói: "Có lẽ là hai con chim đẻ." Ông Ngải nói: "Cũng không có chuyện ấy." Ông Không nói: "Có lẽ là ba con chim đẻ." Cứ như thế, ông Không tăng lên đến mười con. Ông Ngải nói: "Sao không bớt đi số trứng?" Ông Không nói: "Tôi thà tăng số chim chứ không muốn bớt số trứng." Ông Ngải chỉ cười.

Mao Không lại nói: "Tháng trước, trời mưa rơi xuống một miếng thịt, dài ba mươi trượng, rộng mười trượng." Ông Ngải nói: "Làm gì có chuyện ấy!" Ông Không nói: "Thế thì dài hai mươi trượng." Ông Ngải nói: "Cũng làm gì có chuyện ấy!" Ông Không nói: "Thế thì dài mười trượng." Ông Ngải nói: "Thế gian này làm gì có miếng thịt dài mười trượng, rộng mười trượng?"

【原文】

谁家，肉雨何地。空曰："行路人如此说。"艾子笑谓弟子曰："慎毋道听途说哉！"

——《艾子外语》

【释文】

寻求得到十丈长、十丈宽的肉，而且还会从天上掉下来？你说的那只鸟是哪一家的？你说的大肉又是从天上什么地方掉下来的？"毛空无话可说，只好语塞地说："那些都是我在行走途中路人说的。"艾子听后，笑着对他身后的学生们说："你们可要谨慎道听途说的事情啊！"

Lại hỏi con chim kia là của nhà ai nuôi, mưa thịt rơi ở đâu, ông Không nói: "Nghe người đi đường nói vậy!" Ông Ngải cười nói với học trò: "Phải thận trọng chớ có nghe lời đầu đường xó chợ."

- Ngải Tử ngoại ngữ

两个和尚朝南海

【原文】

蜀之鄙有二僧，其一贫，其一富。贫者语于富者曰：“吾欲之南海，何如？”富者曰：“子何恃而往？”曰：“吾一瓶一钵足矣。”富者曰：“吾数年来欲买舟而下，犹未能也。子何恃而往！”越明年，贫者自南海还，以告富者。富者有惭色。西蜀之去南海，不知几千里也，僧富者不能至而贫者至焉。人之立志，顾不如蜀鄙之僧哉？

——《白鹤堂集》

【释文】

四川的边境上有两个和尚，其中一个是贫穷的和尚，另外一个是富有的和尚。有一次，穷和尚对富和尚说：“我想到南海去游历一下，你觉得怎么样？”富和尚对穷和尚说：“你依靠什么前去那里呢？”穷和尚回答说：“我只需要一个水瓶、一个饭钵就足够了。”富和尚说：“我几年以来一直想购买一条船到那里去，尚且还没能够到达南海去。你什么都没有，你靠什么去呀！”到了第二年，穷和尚已经从南海返回来，就把这件事告诉了富和尚。富和尚听了之后觉得很惭愧。蜀地西边距离南海，具体不知道有几千里远，富和尚没有到达而穷和尚却到达了。人们树立志向，难道还比不上蜀地边境的一个穷和尚吗？

Hai nhà sư đi Nam Hải

Ở vùng hẻo lánh đất Thục có hai nhà sư, một người nghèo, một người giàu. Ông sư nghèo nói với ông sư giàu: "Tôi muốn đi Nam Hải, được không?" Ông sư giàu nói: "Ông dựa vào đâu mà đi?" Đáp rằng: "Tôi chỉ cần một cái bình và một cái bát là đủ." Ông sư giàu nói: "Vài năm trước tôi đã dự định mua thuyền để đi, mà mãi chưa đi được. Ông dựa vào đâu mà đi!" Hơn một năm sau, ông sư nghèo đi đến Nam Hải rồi trở về, kể chuyện cho ông sư giàu nghe. Ông sư giàu rất đỗi ngượng ngùng. Từ Tây Thục đến Nam Hải, không biết mấy nghìn dặm đường, ông sư giàu còn không đi được mà ông sư nghèo lại đến được. Người ta lập chí, chẳng phải cũng giống như hai nhà sư đất Thục ư?

- Bạch Hạc đường tập

画鬼最易

【原文】

客有为齐王画者，齐王问曰：“画，孰最难者？”曰：“犬马最难。”“孰最易者？”曰：“鬼魅最易。”夫犬马，人所知也，旦暮罄于前，不可类之，故难；鬼魅，无形者，不罄于前，故易之也。

——《韩非子》

【释文】

有一位外来的客人给齐王画画，齐王问他：“世界上什么东西最难画？”客人回答：“画狗画马是最困难的。”齐王又问：“世界上什么东西最好画？”客人回答：“画鬼怪是最容易的。”狗马是人人都熟悉的，早晚随时都可以看到，不容易画得像，所以最难画；鬼怪没有什么具体的形象，人们也看不见它，所以最容易画。

Vẽ ma dễ nhất

Có người đến vẽ tranh cho vua Tề, vua Tề hỏi: "Cái gì khó vẽ nhất?" Thưa: "Chó, ngựa khó vẽ nhất." Vua lại hỏi: "Cái gì dễ vẽ nhất?" Thưa: "Ma quỷ dễ vẽ nhất." Chó, ngựa là con vật ai cũng biết, sớm tối đều dễ dàng nhìn thấy, vẽ giống rất khó. Ma quỷ là giống vô hình, không ai trông thấy bao giờ, nên dễ vẽ.

- Hàn Phi Tử

瞎子摸象

【原文】

有王告大臣，“汝牵一象来示盲者。”时众盲各以手触。大王唤众盲问之：“汝见象类何物？”触其牙者，言象形如萝菔根；触其耳者，言如箕；触其脚者，言如臼；触其脊者，言如床；触其腹者，言如瓮；触其尾者，言如绳。

——《大般涅槃经》

【释文】

有一个国王告知大臣：“你牵一头象给盲人们展示感觉一下。”大象到了盲人们面前的时候，盲人们纷纷各自用手去触摸大象。过一会儿，国王召问盲人们说：“你们所摸到的大象，像什么东西？”其中一个摸到大象牙的盲人说，大象的形状像一根萝卜的根；有一个摸到大象的耳朵的盲人说，大象像一个簸箕；有一个摸到大象脚的盲人说，大象像一个舂米用的石臼；有一个摸到大象背的盲人说，大象像一张床；有一个摸到大象腹部的盲人说，大象像一个大大的水缸；有一个摸到大象尾巴的盲人说，大象就像一根麻绳。

Mù sờ voi

Có một ông vua nói với quan đại thần: "Ông hãy dẫn một con voi đến cho người mù xem." Đám người mù liền xúm lại lấy tay sờ. Vua cho gọi đám người mù đến hỏi: "Các ngươi thấy voi giống cái gì?" Anh mù sờ vào ngà voi nói: "Voi giống như củ cải." Anh mù sờ vào tai voi nói: "Voi giống như cái xẻng hót". Anh mù sờ vào chân voi nói: "Voi giống như cái cối." Anh mù sờ vào lưng voi nói: "Voi giống như cái giường." Anh mù sờ vào bụng voi nói: "Voi giống như cái chum!" Anh mù sờ vào đuôi voi nói: "Voi giống như dây thừng."

- Đại Bát Niết Bàn kinh

美与丑

【原文】

阳子之宋，宿于逆旅。逆旅人有妾二人：其一人美，其一人恶。恶者贵，而美者贱。阳子问其故，逆旅小子对曰："其美者自美，吾不知其美也；其恶者自恶，吾不知其恶也。"

阳子曰："弟子记之，行贤而去自贤之行。安往而不爱哉！"

——《庄子》

【释文】

阳子到宋国去，在去的途中，他住在一家旅店里。旅店的主人有两个妾，其中一个妾长得很美丽，另一个妾长得比较丑陋。但是旅店的主人却以丑陋的那个妾为尊贵，相反的，他不看重那个长得漂亮的妾。阳子问他这样对待两妾，是什么原因，旅店的主人回答阳子说："那个长得漂亮的，自认为自己美丽而骄横，所以我不认为她是美的；那个长得丑的，自认为自己丑陋而温顺，所以我不认为她是丑的。"

阳子听了店主人的回答后，意味深长地说："弟子们，你们要记住！行为品德高尚而又不自以为是的人，到哪里去都会受到尊重，没有人会不爱戴他的？"

Đẹp và xấu

Ông Dương sang nước Tống, đến trọ một nhà kia. Ông chủ quán trọ có hai người thiếp, một người đẹp, một người xấu. [Ông Dương thấy] ai cũng quý người thiếp xấu, mà khinh người thiếp đẹp, bèn hỏi nguyên do, chú bé trong quán trọ trả lời: "Người thiếp đẹp tự cậy mình đẹp, nên tôi không thấy bà ta đẹp nữa; còn người thiếp xấu tự biết mình là xấu, nên tôi chẳng thấy bà ta xấu nữa."

Ông Dương nói: "Các trò nhớ lấy câu ấy, người giỏi mà không tự phụ là mình giỏi, thì đi đến đâu cũng được người ta yêu kính."

- Trang Tử

楚人有二妻

【原文】

楚人有两妻者，人诽其长者，长者詈之；诽其少者，少者许之。居无几何，有两妻者死。客谓诽者曰："汝取长者乎，少者乎？""取长者。"客曰："长者詈汝，少者和汝，汝何为取长者？"曰："居彼人之所，则欲其许我也；今为我妻，则欲其为我詈人也。"

——《战国策》

【释文】

楚国有一个娶了两个妻子的人，有人去调戏他那年长的妻子，年长的妻子大骂调戏她的这个人。这个人又转而去挑逗与勾引他年少的妻子，年少的妻子没有骂并允诺了这个人。时间过了没多久，那个有两个妻子的人死了，旁人问那挑逗的人说："假如让你选娶这两个女人中的一个，你娶年长的呢？还是娶年岁小的呢？"挑逗的人回答说："我娶年岁大的。"旁人问他道："年岁大的，她叱责并大骂过你，年岁小的应允了你，你为什么还要娶大的呢？"挑逗的人回答说："别人家的人，挑逗她的时候，当然希望她同意和自己相好；现在是我要选娶的妻子了，当然希望她一心待我而叱责别人啦。"

Người Sở hai vợ

Một người nước Sở có hai vợ, có người đến ghẹo người vợ cả, bị vợ cả chửi mắng thậm tệ; người này liền đi ghẹo người vợ lẽ, người vợ lẽ bằng lòng hẹn hò tình tự. Ít lâu sau, ông chồng ốm chết. Có người bảo người chòng ghẹo rằng: "Anh muốn lấy vợ cả, hay lấy vợ lẽ?" Đáp: "Lấy người vợ cả." Người kia hỏi: "Trước kia người vợ cả mắng anh, người vợ lẽ tư tình đi lại với anh, sao lại định lấy người vợ cả?" Anh ta đáp: "Lúc ấy nàng còn là vợ người, thì tôi thích nàng tư tình với tôi; còn lúc nàng đã là vợ tôi, thì tôi muốn nàng vì tôi mà mắng mỏ người khác."

Chiến Quốc sách

橘生淮南

【原文】

晏子将至楚，楚闻之，谓左右曰：“晏婴，齐之习辞者也，今方来，吾欲辱之，何以也？”左右对曰：“为其来也，臣请缚一人，过王而行，王曰：‘何为者也？’对曰：‘齐人也。’王曰：‘何坐？’曰：‘坐盗。’”晏子至，楚王赐晏子酒，酒酣，吏二缚一人诣王，王曰：“缚者曷为者也？”对曰：“齐人也，坐盗。”王视晏子曰：“齐人固善盗乎？”晏子避席对曰：“婴闻之，橘生淮南则为桔，生于淮北则为枳，叶徒相似，其实味不同。所以然者何？水土异也。今民生

【释文】

晏子将要出使楚国。楚王听到了这个消息，对身边的侍臣说：“晏婴是齐国善于辞令演说的人，现在他要来我们楚国，见到他，我想要羞辱他一番，可以用什么办法呢？”身边的侍臣回答说：“当他来到朝廷的时候，请大王允许我们绑着一个人从您面前走过。到时候大王就可以问：‘这个被绑的人是干什么的？’我们就会回答说：‘他是齐国人。’大王就再问：‘他犯了什么罪呀？’我们会回答说：‘他犯了盗窃罪。’”晏子来到了楚国之后，楚王请晏子喝酒，酒喝得正高兴的时候，两名公差绑着一个人来拜见楚王。楚王问道公差：“被绑着的人是干什么的？’公差回答大王说：“他是一个齐国人，犯了盗窃罪。”楚王看着晏子向他问道：“齐国人天生下来就善长偷东西的吗？”晏子听了大王说的话，就离开了席位站起来回答道：“大王，我听说过这样一件事：橘树生长在淮河以南这些地方就是叫橘树，生长在淮河以北那些地方就是叫枳树，只是它们的叶子很相

Quýt mọc bờ nam

Án Tử chuẩn bị đi sứ sang nước Sở, vua Sở hay tin, nói với tả hữu: "Án Anh là người giỏi ăn nói của nước Tề, nay đến đây, ta muốn hạ nhục ông ta, phải làm cách nào?" Tả hữu đáp: "Khi ông ta đến, thần sẽ trói một người, dẫn qua chỗ nhà vua, nhà vua hãy hỏi: 'Kẻ này là ai?' Đáp rằng: 'Là người nước Tề.' Nhà vua hỏi: 'Kẻ này tội gì?' Thưa rằng: 'Tội ăn cắp.'"

Án Tử đến, vua Sở ban cho tiệc rượu. Đang uống rượu vui vẻ, hai viên quan bèn trói một người giải vào gặp vua. Vua hỏi: "Kẻ bị trói kia là thế nào?" Đáp rằng: "Là người nước Tề, phạm tội ăn cắp." Vua Sở quay sang nhìn Án Tử: "Người nước Tề chuyên đi ăn cắp ư?" Án Anh đứng dậy khỏi chiếu đáp rằng: "Anh nghe nói, quýt mọc ở bờ nam sông Hoài thì là quýt, đánh sang trồng ở bờ bắc sông Hoài thành loài cam đắng, lá rất giống nhau, nhưng vị khác hẳn. Tại sao lại như vậy? Là do thuỷ thổ mà ra. Nay người

【原文】

长于齐不盗，入楚则盗，得无楚之水土使民善盗耶？”王笑曰：“圣人非所与熙也，寡人反取病焉。”

——《战国策》

【释文】

像罢了，果实的味道却大大不同。您说为什么会是这样呢？这是因为水土等条件不一样啊。现在这个人生长在齐国的时候，他不偷东西，怎么一到了楚国就偷起东西来了，莫不是楚国的水土使他喜欢偷东西吗？”楚王笑着说：“圣贤的人是不能同他开玩笑的，我反而被取笑诟病了。”

dân sống ở nước Tề không ăn cắp, hễ đến nước Sở liền biến thành thằng ăn cắp, chẳng phải thuỷ thổ nước Sở khiến người ta biến thành ăn cắp ư?" Vua Sở cười nói: "Thánh nhân thì không nên nói đùa với người, quả nhân đúng là tự chuốc nhục."

- Chiến Quốc sách

东郭先生和狼

【原文】

赵简子大猎于中山，有狼当道，人立而啼。简子一发饮羽，狼失声而逋，简子驱车逐之。时墨者东郭先生将北适中山以干仕，策蹇驴，囊图书，夙行失道，望尘惊悸。狼奄至，曰："先生岂有志于济物哉？今日之事，何不使我得早处囊中，以苟延残喘乎？异时倘得脱颖而出，先生之恩，生死而肉骨也！敢不努力输诚哉！"

先生曰："墨之道，'兼爱'为本，吾终当有以活汝，脱有祸，固所不辞也。"乃出图书，空囊橐，徐徐焉实狼其中，三纳之而未

【释文】

赵简子在中山境内大张旗鼓地打猎，有一只狼正在道路上，像人一样直立着嚎叫。简子拉起弓一箭射到狼，箭羽陷入到狼的肉中，狼大叫着逃跑了，简子策马驱车追赶这逃跑的狼。当时墨家学者东郭先生正准备到北方的中山谋求官职。他赶着跛脚的驴子，袋子装着他的书，大清早赶路却迷了路，他望见道路上扬起的灰尘感到非常害怕。这时候，狼突然来到他的面前，伸长脖子对他说："先生您不是有济助万物的志向吗，为何不让我快点躲进到您的袋子中去，来让我暂且多活下去一会儿呢？将来有一天假若我能发达起来，定会报答先生您的恩德，您的大恩就像是让死人复活、让白骨长肉一样啊。"东郭先生说："墨家的宗旨，以博爱为本，我一定会想好办法救你的。即使有灾难临头，我也不会放任不管的。"于是，东郭先生便从袋子里取出书，空出袋子，慢慢地将狼装入其中，多次地想将狼装进去却都没有成功。狼恳求东郭先生道："情况非常紧急啊！

Ông Đông Quách và con sói

Triệu Giản Tử vào đất Trung Sơn đi săn, có con sói chặn đường, đứng thẳng mà tru. Triệu Giản Tử bắn một mũi tên lút đến tận lông vũ, sói gầm rống bỏ chạy, Giản Tử đánh xe đuổi theo. Lúc đó có Mặc gia là ông Đông Quách đang trên đường lên phía bắc định đến Trung Sơn làm quan, dẫn theo con lừa thọt, chở theo bao sách, vừa sớm ra đã lạc đường, nhìn thấy bụi cuốn trên đường mà kinh hãi. Con sói thình lình chạy tới, vươn cổ nhìn mà nói: "Phải chăng ông là người muốn cứu giúp vạn vật? Sao không mau mau cho tôi vào bao, để tôi giữ được chút hơi tàn? Ngày sau nếu tôi thoát cơn nguy hiểm, ơn của ông, giống như cứu sống người chết, làm xương mọc thịt vậy, tôi nhất định sẽ báo đáp ơn đức của ông."

Ông Đông Quách bèn nói: "Đạo của Mặc gia, kiêm ái làm gốc, ta sẽ tìm cách cứu sống ngươi, cho dù có tai hoạ, ta cũng không từ." Thế rồi đổ sách ra, chừa lại túi rỗng, cẩn thận đưa con sói vào trong bao, nhưng đưa vào mấy lần mà không được. Sói

【原文】

克。狼请曰:“事急矣，惟先生速图!”乃跼蹐四足，引绳而束缚之，蛇盘龟息，以听命先生。先生内狼于囊，引避道左以待赵人之过。

已而简子至，求狼弗得，盛怒。拔剑斩辕端示先生，骂曰:“敢讳狼方向者，有如此辕!”先生匍匐以进，跽而言曰:“行道之人何罪哉?且鄙人虽愚，独不知夫狼乎，性贪而狠;君能除之，固当效微劳，又肯讳之而不言哉?”简子默然，回车就道。

狼度简子之去远，而作声囊中曰:“出我囊，解我缚，我将逝矣。”先生举手出狼，狼咆哮谓先生曰:“我馁甚，馁不得食，亦终

【释文】

希望先生您尽快想办法解决!”于是狼蜷缩起四肢让东郭先生用绳子把自己绑起来，狼像蛇、龟一样盘曲与屏息，任凭东郭先生绑扎。东郭先生将狼装好在袋子里，避退到路的一旁，等候赵简子一行人过去。不久赵简子一行人到了东郭先生站的这里，简子没寻找到狼，非常愤怒。拔出剑来用力斩断车辕的顶端，并指给东郭先生看，呵斥道:“如果你是隐瞒不报狼逃跑去向的人，就和这车辕顶一样的下场!”东郭先生趴到了地上，匍匐着前进，长跪着说:“您寻找不到狼，我这赶路的人有什么罪啊?我就是再愚钝，难道不知道狼是一个什么东西吗?它生性贪婪而凶狠;您要能除掉它，我本就应该为这事贡献一点力量，又怎么会隐瞒而不说呢!”简子没有什么话来回答，就调转车从原道路返回了。

狼在袋中估摸着简子离开得比较远了，于是就在袋子里对东郭先生说:“先生您把我从袋子里放出来吧，解掉绑我的绳子，我要走啊!”先生动手解开袋子，并给狼松绑放出，狼恶狠狠地大叫着对东郭先生说:“我现在真是太饿了，饥饿了却没有什么东西吃，最终

bèn khẩn cầu: "Việc nguy cấp lắm rồi, xin ông mau nghĩ cách giúp cho!" Rồi sói co bốn chân lại cho ông buộc vào, co quắp như rùa như rắn, để mặc cho ông trói lại. Ông Đông Quách cho sói vào bao, lánh sang bên trái đường, đợi người Triệu tới.

Chốc sau, Triệu Giản Tử đuổi tới nơi, không tìm thấy con sói, vô cùng giận dữ, bèn rút kiếm chém vào đầu càng xe cho ông Đông Quách xem, rồi nói: "Nếu giấu giếm hành tung của sói, sẽ như càng xe này!" Ông Đông Quách quỳ mọp xuống mà tiến lại, lạy mà nói: "Người đi đường nào có tội gì? Vả lại kẻ hèn này có ngu muội đến mấy, chẳng lẽ lại không biết sói ư? Sói tham lam và hung ác, ông trừ được sói, tôi cũng nên góp chút sức mọn, chứ đâu có chuyện giấu giếm mà không nói?" Giản Tử im lặng, quay xe trở lên đường lớn.

Con sói đoán chừng Triệu Giản Tử đã đi xa, bèn kêu lên từ trong túi: "Mau thả tôi ra khỏi bao, cởi trói cho tôi, tôi chết đến nơi rồi!" Ông Đông Quách bèn thả sói ra, sói tru lên, nói với ông Đông Quách: "Tôi đói bụng quá, đói mà không có gì ăn, thì tôi

【原文】

必亡而已。先生既墨者，思一利天下，又何吝一躯啖我而全微命乎？”遂鼓吻奋爪，以向先生。

先生仓卒以手搏之，且搏且却，引蔽驴后，曰：“狼负我！”狼曰：“吾非固欲负汝，天生汝辈，固需吾辈食也。”相持既久，遥望老子杖藜而来，须眉皓然。先生舍狼而前，拜跪啼泣曰：“乞丈人一言而生。”丈人问故，先生因述始末，顿首杖下。丈人闻之，以杖叩狼曰：“夫人有恩而背之，不祥莫大焉。儒谓受人恩而不忍背者，其为子必孝；又谓虎狼知父子。今汝背恩如是，则并父子亦无矣。”狼曰：“初，先生救我时，束缚我足，闭我囊中，压以诗书，我鞠躬不敢息。是安可不咥？”丈人曰：“是不足以执信也。试再囊之，吾观

【释文】

也一定会被饿死。先生既然是墨家读书人，想着牺牲自己为天下作贡献，你又何必吝惜您的身躯，就让它被我吃掉，以成全我的小命吧！”于是，狼张开大嘴露出牙齿，举起前爪向东郭先生抓扑去。

东郭先生慌忙地用手一边躲避，一边与狼搏斗，边反抗边往后退，躲闪在驴子后面，并对狼说：“你这个家伙辜负了我！”狼说：“我本来不想辜负你的，但老天生下你们，本来就是要给我们吃的！”相持已经很长一段时间，东郭先生远远望见一个眉毛和胡子都白了的老者拄着木杖走过来。东郭先生惊喜交加，用力地撇掉狼，快速地跑到老人家面前，跪拜在地，哭泣着对他说：“求您老人家说句公道话，救救我的一条生命吧。”老人问这是怎么回事。东郭先生讲述了事情发生的来龙去脉，在老人的手杖前磕头。老人听了，用手杖敲打狼说道：“别人对你有恩而背叛他，没有比这更不好的兆头啊！儒家说，受人恩惠而不忍心背叛的人，他作为儿子也一定孝顺；又说虎狼也知道父子之情。如今你背叛有恩的人到如此地步，就是连父子之情也没了啊。”狼说：“当初先生救我的时候，把我的脚捆

cũng chết mất. Ông là Mặc gia, luôn muốn giúp ích cho thiên hạ, cớ sao còn tiếc rẻ cái thân mà không cho tôi ăn, để bảo toàn tính mạng cho tôi!" Rồi há mõm giương vuốt chực vồ ông Đông Quách.

Ông cuống quýt đưa tay đỡ, vừa đỡ vừa lùi, nấp ở phía sau con lừa, nói: "Sói lừa ta!" Sói nói: "Tôi vốn dĩ không muốn ăn thịt ông, nhưng trời sinh ra con người các ông là để cho chúng tôi ăn." Cứ thế giằng co một hồi lâu, thì thấy một ông cụ chống gậy đi đến, ông Đông Quách mừng rỡ, bỏ con sói chạy lại trước mặt ông cụ, quỳ lạy khóc lóc mà nói: "Xin cụ hãy nói một lời để cứu tôi với?" Ông cụ hỏi nguyên do. Ông Đông Quách kể lại đầu đuôi, rồi phủ phục trước gậy. Ông cụ nghe xong, cầm gậy đánh vào đầu sói, nói: "Người ta làm ơn cho ngươi mà lại phản bội, thật không có gì xấu xa hơn thế. Nho gia có câu, người chịu ơn người khác mà không phản bội, chắc chắn là con có hiếu; lại có câu hổ sói còn biết đến cha con. Nay ngươi phụ ơn như thế, thì chắc cũng chẳng biết thế nào là tình cha con đâu nhỉ." Con sói nói: "Lúc nãy ông ta cứu tôi, trói chân tôi lại, nhét tôi vào trong túi, đè sách lên trên, làm tôi co quắp không dám thở, chẳng phải khiến tôi khổ sở?" Ông cụ nói: "Hai ngươi nói thế ta đều không tin. Hãy chui

【原文】

其状果困苦否。”狼欣然从之。先生复缚置囊中，丈人目先生使引匕刺狼。先生曰：“不害狼乎？”丈人笑曰：“禽兽负恩如是，而犹不忍杀，子固仁者，然愚亦甚矣。解衣以活友，于彼计则得，其如就死地何？先生其此类乎！仁陷于愚，固君子之所不与也。”言已大笑，先生亦笑，遂举手助先生操刃共殪狼，弃道上而去。

——《中山狼传》

【释文】

住塞在口袋中，还用书压住我，我蜷缩着身子大气都不怎么敢喘，我能不吃掉他吗？”老人对他们说：“你们两个说的这些都不能够让我相信！狼，你过来，你试着再让他把你装进袋子里，我想看看当时你的情状，是否真的如你说的那么痛苦。”狼高兴地听从老人提出的要求钻进袋子里了，东郭先生又绑了狼放进袋子里。老人对东郭先生使眼色，示意他用刀子刺杀死狼。东郭先生问老人说：“这不是伤害狼了吗？”老人笑着对东郭先生说：“像狼这样背叛恩情，忘恩负义的禽兽，你都还发慈心不忍心杀害它，您虽然是一个仁慈的人，但你这样对待狼，还是太愚蠢了！脱下衣服救活自己的朋友，在对方角度来考虑是好，可是对方要置自己于死地，又该如何办呢？先生大概就是这一类人吧！仁慈到愚蠢的程度，这实在是君子所不认同的啊。”说完大笑。东郭先生也笑了。于是，老人动手帮助东郭先生操持刀子，共同把狼杀死了。最后把死狼的尸体丢弃在道路上，就走开了。”

lại vào trong bao để ta xem, có đúng là khổ sở như thế không." Sói vui vẻ làm theo, chui lại vào bao, cho ông Đông Quách trói chặt lại. Cụ già đưa mắt ra hiệu cho ông Đông Quách hãy rút dao găm đâm con sói. Ông Đông Quách hỏi: "Thế chẳng phải là làm hại con sói ư!" Cụ già cười nói: "Đồ súc sinh vong ân bội nghĩa, anh còn thương hại không giết nó, anh đúng là người nhân từ, nhưng cũng thật ngu xuẩn! Cởi áo để cứu sống bạn bè, đối với họ là tốt, nhưng nếu họ muốn đẩy ta vào chỗ chết thì sao? Ông đúng là kiểu người như vậy! Nhân từ đến độ ngu xuẩn, người quân tử không bao giờ tán đồng." Nói rồi cười lớn, ông Đông Quách cũng cười, rồi ông cụ giúp ông Đông Quách, cầm dao cùng đâm chết con sói, vứt sang vệ đường rồi đi.

- Truyện con sói đất Trung Sơn

曾参杀人

【原文】

昔者曾子处费，费人有与曾子同名族者，而杀人。人告曾子母曰："曾参杀人！"曾子之母曰："吾子不杀人！"织自若。有顷焉，人又曰："曾参杀人！"其母尚织自若也。顷之，一人又告之曰："曾参杀人！"其母惧，投杼，窬墙走。

——《战国策》

【释文】

从前，曾参居住在费这个地方，费这个地方有一个和曾参同名同姓的人，他杀死了一个人。有人就跑过来告诉正在织布的曾参的母亲说："你的儿子曾参杀死人了！"曾参的母亲对这个人说："我的儿子不会杀人的！"像什么也没发生一样，还是按照平常那样安静地织布。过了一会儿，又有一个人跑过来对曾参的母亲说："你的儿子曾参杀死人了！"曾参的母亲还像什么事情也没发生那样织着布。又过了很短的一会儿，有一个人又跑过来告诉曾母说："你的儿子曾参杀死人了！"曾参的母亲心里害怕起来了，并扔掉梭子，马上跨越墙逃跑了。

Tăng Sâm giết người

Ngày xưa, có anh Tăng Sâm sống ở đất Phí, đất Phí có người trùng tên trùng họ với Tăng Sâm, phạm tội giết người. Có người chạy đến nói với mẹ Tăng Sâm: "Tăng Sâm giết người!" Mẹ Tăng Sâm nói: "Con tôi không bao giờ giết người!" Rồi vẫn ung dung dệt vải. Chốc sau, lại có người đến nói: "Tăng Sâm giết người!" Mẹ Tăng Sâm vẫn bình thản ngồi dệt vải. Chốc nữa, lại có người chạy về báo: "Tăng Sâm giết người!" Mẹ Tăng Sâm lúc này sợ quá, vứt cả con thoi, trèo qua tường chạy trốn.

- Chiến Quốc sách

折 箭

【原文】

阿豺有子二十人，及老，临终谓子曰：“汝等各奉吾一只箭，折之地下。”俄而命母弟慕利延曰：“汝取一只箭折之。”慕利延折之。又曰：“汝取十九只箭折之。”延不能折。阿豺曰：“汝曹知否？单者易折，众则难摧。戮力一心，然后社稷可固。”言终而死。

——《魏书》

【释文】

吐谷浑的首领阿豺有二十个儿子。当阿豺年岁老的时候，在临终前对他的儿子们说：“你们每一人把我的一支箭拿来，然后把箭折断后放在地上。”过了一会儿，阿豺又对他同母弟弟慕利延说：“你取一支箭去折断它。”慕利延把箭折断了。阿豺又对慕利延说：“你再取十九支箭放在一起看能否把它们折断。”慕利延试着去折，但是无法折断。阿豺对他们说：“你们明白其中的道理吗？单单一支箭很容易就被折断，众多的箭放在一起就难以被摧折了。你们一定要同心协力，这样国家就可以坚固强大。”说完这句话，阿豺就去世了。

Bẻ tên

A Sài (vua nước Thổ Cốc Hồn) có hai mươi người con, khi vua về già, lúc lâm chung gọi các con lại bảo: "Mỗi con hãy rút lấy một mũi tên của ta, bẻ gãy rồi ném xuống đất." Lát sau, nói với em cùng mẹ là Mộ Lợi Diên rằng: "Chú hãy lấy một mũi tên rồi bẻ gãy." Mộ Lợi Diên liền bẻ gãy tên. Lại nói: "Giờ chú hãy lấy mười chín cái, chụm lại mà bẻ." Diên không làm sao bẻ được. Vua bèn nói: "Các con đã hiểu chưa? Một mũi tên đơn độc thì dễ bẻ, nhiều mũi tên hợp lại thì khó bẻ. Các con mà đồng tâm hợp lực, thì xã tắc mới vững chãi được." Nói xong thì qua đời.

- Ngụy thư

海上鸥鸟

【原文】

海上之有人好鸥鸟者，每旦之海上，从鸥鸟游，鸥鸟之至者百数而不止。其父曰：“吾闻鸥鸟皆从汝游，汝取来吾玩之。”明日之海上，鸥鸟舞而不下也。

——《列子》

【释文】

从前有个青年，他居住在海边，他非常喜好海鸥，每天清晨他都会来到海上与海鸥一起玩耍，和他一起玩的海鸥达到上百只还多。有一天他的父亲对青年说：“我听说海鸥都喜欢跟你一起游玩，你可以抓一只海鸥回家来，让我和他一起玩一玩。”他答应了父亲的要求，第二天他到达海上的时候，海鸥只是在天空飞舞却再也不下来和他一起玩耍了。

Hải âu

Ở một vùng ven biển có một người rất thích chim hải âu, ngày nào cũng rong thuyền ra biển, theo hải âu dạo chơi, hải âu kéo đến hàng trăm con. Cha anh ta bảo: “Nghe nói hải âu rất thích chơi với con, nay con hãy bắt cho cha một con mang về chơi.” Hôm sau anh ta ra biển, nhưng hải âu chỉ chao liệng trên trời mà không đáp xuống.

- Liệt Tử

一毛不拔难为人

【原文】

一猴死，见冥王，求转人身。王曰：“既欲做人，须将毛尽拔去。”即唤夜叉拔之。方拔一根，猴不胜痛叫。王笑曰：“看你一毛不拔，如何做人？”

——《邯郸淳》

【释文】

一只猴子死了之后，在地府见到了阎王，它向阎王提出请求，要求自己转世投胎做一个人。阎王对他说：“既然你想要做一个人，那么就需要将身上毛发全部一一拔掉。”猴子答应了阎王这个要求，于是阎王就叫来夜叉给猴子拔毛。刚刚才拔下了猴子一根毛发，猴子就禁不住痛得叫了起来。阎王笑道对猴子说：“看你，就连一根毛发都舍不得拔掉，你又怎么能做人呢？”

Cọng lông không nhổ làm sao thành người

Một con khỉ chết, đi tìm Diêm Vương, xin hoá kiếp cho mình được làm người. Diêm Vương nói: “Nếu mày muốn làm người thì phải nhổ hết lông trên mình đi.” Nói đoạn, sai quỷ Dạ Xoa đi vặt lông khỉ. Vừa nhổ được một cọng lông, khỉ không chịu được đau kêu toáng lên. Diêm Vương cười nói: “Xem mày một cái lông không chịu nhổ thì thành người thế nào được?”

- Hàm Đan Thuần

击鼓戏民

【原文】

楚厉王有警，为鼓以与百姓为戍，饮酒醉，过而击之，民大惊，使人止之。曰：“吾醉而与左右戏而击之也。”民皆罢。居数月，有警，击鼓，而民不赴，乃更令名号，而民信之。

——《韩非子》

【释文】

楚国的国王厉王平时如果遇到警情，就用击鼓的方式来号召百姓，让他们聚集起来保卫国家。有一次，厉王喝多了酒，醉醺醺地经过令鼓时，就敲击了令鼓，民众都非常震惊，连忙让人制止他的行为，楚厉王对前来制止的人说：“我是因为喝醉了酒，想跟左右的人戏耍一下，经过令鼓时就敲击几下鼓。”民众听了之后全都没有什么办法。过了几个月之后，有警事发生，击敲令鼓，但民众以为又是楚王戏耍就没有聚集起来，楚厉王便重新发布新的命令方式说明，民众这才相信了他。

Đánh trống lừa dân

Sở Lệ Vương ra lệnh mỗi khi nước có nguy biến, thì đánh trống làm hiệu cho dân chúng đến đánh giặc. [Có một lần] vua uống rượu say quá, đi qua chỗ để trống tiện tay đánh loạn xạ, dân chúng kinh hãi, sai người đến can. Vua nói: "Ta say quá vui đùa với tả hữu mà đánh chơi đấy thôi." Dân chúng bèn tản về cả. Mấy tháng sau, có việc nguy cấp, vua ra lệnh đánh trống, mà dân chúng cứ làm ngơ không ai đến cả, phải hạ lệnh nói rõ, dân mới chịu tin.

- Hàn Phi Tử

鲁侯养鸟

【原文】

昔海鸟止于鲁郊。鲁侯御而觞之于庙，奏《九韶》以为乐，具太牢以为膳。鸟乃眩视忧悲，不敢食一脔，不敢饮一杯，三日而死。

此以己养养鸟也，非以鸟养养鸟也。

——《庄子》

【释文】

从前有一只海鸟停留落在鲁国的郊外。鲁侯用车子迎接它，并把它带到祖庙中让它饮酒，请人演奏《九韶》的乐曲想让这只海鸟快乐，摆放好丰盛的祭祀品让它享用。海鸟却被这种情形吓得眼都花了、忧愁哀伤，它一块肉也不敢吃，一杯酒也不敢喝，三天之后，海鸟就死了。

这是人用供养自己的方法来供养海鸟，而不是用喂养海鸟的办法去喂养海鸟啊。

Quốc vương nuôi chim

Có một con chim bay từ biển vào đáp xuống ngoại ô nước Lỗ. Vua nước Lỗ rước nó về, đưa đến Thái miếu cho uống rượu, tấu nhạc Thiều cho nó nghe, bày tiệc thịnh soạn cho nó ăn. Con chim sợ hãi, hoa mắt hốt hoảng, không dám ăn một miếng thịt, không dám uống một hớp nước, ba ngày sau chim chết.

Như vậy là dùng cách nuôi mình để nuôi chim, chứ không phải dùng cách nuôi chim để nuôi chim.

- Trang Tử

懒妇吃饼

【原文】

曩有一妇人至懒，日用饮食皆仰丈夫操作，其惟知衣来伸手，饭来张口而已。一日，夫将远行，五日方回，恐其懒作挨饿，乃烙一大饼，中孔，套其项上，为五日之需，乃放心出门而去。及夫归，已饿死三日矣。丈夫骇，诣房一觇，项上饼惟前近口之处吃了一缺，其余则依然未动也。

——《笑林广记》

【释文】

从前有一个妇人非常懒惰，平时家里什么日用饮食的事情都是依靠丈夫工作，她只知道衣来伸手，饭来张口。有一天，她的丈夫要出远门去办事，五天之后才能回到家中，丈夫担心她太懒惰以至于挨饿，就烙了一张很大的饼，中间留一个空，然后套在妇人的脖颈子上，足够她五天吃的了，于是丈夫就放心出门而去。等到丈夫回到家中，妇人已经饿死三天了。丈夫很惊骇，进房一察看，原来套在脖颈子上的面饼，她只是吃了嘴巴前面的一块地方，其他的地方一点也没有动。

Người đàn bà lười ăn bánh

Xưa có một người đàn bà rất lười, cơm nước hàng ngày đều do chồng nấu, cô ta chỉ biết giơ tay, há miệng ăn mà thôi. Một hôm chồng có việc phải đi xa, năm hôm mới về. Người chồng sợ vợ lười nấu cơm bị đói, liền nướng cho một cái bánh lớn, đục lỗ ở giữa, lồng vào cổ vợ, coi như là thức ăn năm ngày, rồi mới yên tâm mà đi. Đến khi chồng về, người đàn bà đã bị đói chết ba ngày trước. Người chồng hoảng hồn, vào phòng xem thử, thấy chiếc bánh trên cổ vợ, chỗ gần miệng bị ngoạm một miếng, còn lại gần như vẫn còn nguyên.

- Tiếu lâm quảng ký

死错人

【原文】

东邻家丧妻母，往祭。托馆师撰文，乃按古本误抄祭妻父者与之。识者看出，主人怪而责之。馆师曰：“此文是古本刊定的，如何得错？只怕倒是他家错死了人。这便不关我事。”

——《笑林》

【释文】

东邻有个人的丈母娘去世了，这个人去祭奠岳母的时候需要一篇祭文，他就托请私塾的先生帮忙写一篇祭文。私塾先生便从古书文本里认真地选了一篇，没想到错误地抄了祭奠妻子父亲的悼念文章。后来，有认识字的人发现这篇祭文完全弄错死者对象。于是东邻家的主人跑回来责问私塾先生。私塾先生解释说：“这一篇祭悼文章是古本上刊定的，那怎么能错，只怕是他家的人死错了。这就不关我什么事情了。”

Chết nhầm người

Mẹ vợ nhà hàng xóm phía đông mất, tới viếng. Mời ông thầy dạy tư viết cho tờ điếu văn, ông thầy theo sách in thời xưa, sao nhầm một bài văn điếu bố vợ rồi đưa cho. Người có học biết ngay là lầm, gia chủ trách móc mắng mỏ ông thầy. Ông thầy bèn nói: "Văn này là sách cổ in ra, có bao giờ sai được! Chỉ có nhà các anh chết nhầm người thì có. Không liên quan gì đến tôi cả."

- Tiếu lâm

盗牛者说

【原文】

有盗牛而被拘者，其熟人过而问曰：“汝何事？”答云：“晦气撞出来的。”问：“晦气何能自来？”曰：“适在街上信步，见地上草绳一条，以为有用，遂拾之。”问曰：“然则罪何至尔？”复对曰：“绳头还有一小牛。”问者愕然。

——《雅俗同观》

【释文】

有一个人偷盗了一条牛被抓住了，一个熟识他的人正好路过，问他道：“你是因为犯什么事被抓了？”他回答说：“是因为被晦气碰撞出来的。”熟人又问：“你的晦气怎么能自己招致来呢？”他回答说：“我刚才正在街上随意散步，看到地上有一根草绳，认为它对我有点用处，于是把绳子捡起来了。”熟人问道：“既然这样，那么你的罪怎么到了这种程度呢？”他又回答道：“哪晓得绳头上还拴着一只小牛！”熟人露出一脸震惊的神情。

Trộm trâu

Có một người vì đi ăn trộm trâu nên bị bắt, một người quen đi qua thấy vậy liền hỏi: "Anh phạm tội gì vậy?" Anh ta trả lời: "Vì chẳng may nên mới thế." Hỏi rằng: "Chẳng may như thế nào?" Đáp rằng: "Đang đi trên đường, nhìn thấy có sợi thừng cỏ rơi dưới đất, nghĩ có thể dùng được liền nhặt lấy đem về." Người quen kia kinh ngạc hỏi: "Chỉ có vậy thôi mà bị phạt tội nặng thế ư?" Lúc này anh ta mới nói thêm: "Đầu thừng bên kia có buộc một con trâu!" Người hỏi kinh ngạc không nói được gì.

- Nhã tục đồng quan

农夫亡锄

【原文】

夫田中归，妻问锄放何处，夫大声曰：“田里。”妻曰：“轻说些，莫被人听见。却不取去！”因促之往看，无矣。忙归，附妻耳云：“不见了！”

——《精选雅笑》

【释文】

丈夫从田里回到家中，妻子问他的锄头放在哪里了，丈夫大声地对妻子说：“我的锄头放在田里没有带回。”妻子连忙说：“你说话声音轻一些，不要被外面的人听见了。要不然还不被人拿走了！”因此妻子催促丈夫前去看一看锄头还在不在，丈夫到田里一看，锄头不见了。丈夫连忙回家，并附在他的妻子的耳旁小声地说：“锄头不见了！”

Mất cuốc

Một anh nông dân đi làm ruộng về, vợ hỏi chiếc cuốc để đâu. Người nông dân đáp rõ to: "Để ở ngoài ruộng." Vợ nói: "Nói khẽ chứ, kẻo có kẻ nghe được nó ra ruộng nhặt mất." Rồi giục chồng ra ruộng lấy cuốc về, thì không thấy cuốc đâu nữa. Anh ta vội vàng chạy về nhà, ghé sát vào tai vợ nói thầm: "Mất rồi!"

- Tinh tuyển nhã tiếu

不禽不兽

【原文】

凤凰寿，百鸟朝贺，惟蝙蝠不至。凤责之曰："汝居吾下，何倨傲乎？"蝠曰："吾有足，属于兽，贺汝何用？"

一日，麒麟生诞，蝠亦不至。麟亦责之。蝠曰："吾有翼，属于禽，何以贺与？"

麟凤相会，语及蝙蝠之事，互相慨叹曰："如今世上恶薄，偏生此等不禽不兽之徒，真个无奈他何！"

——《笑府》

【释文】

凤凰过生日的时候，百鸟都来给凤凰拜寿庆祝，唯独只有蝙蝠没有来参加。后来，凤凰见到蝙蝠呵责道："你身处在我的管辖之下，怎么敢这样傲慢无礼！"蝙蝠对凤凰说："我长着兽脚，是属于兽的一类，祝贺你的生日有什么用？"

又有一天，麒麟做寿辰的时候。百兽都来给麒麟拜寿，蝙蝠仍然没有来参加。麒麟后来见到蝙蝠并责难它。蝙蝠回答麒麟说："我长着双翅，是属于禽一类，凭什么我要来为你祝寿？"

后来有一天，凤凰和麒麟相互会面到了一起，说话之间谈到了蝙蝠没来参与兽、禽祝寿的事情，相互摇头叹息，感慨万端地说："如今的社会风气真是每况愈下。偏偏有这样一类不禽不兽、无礼傲慢的家伙，真是毫无办法、无可奈何呀！"

Không phải cầm cũng không phải thú

Phượng hoàng làm lễ sinh nhật, hàng trăm loài chim đều đến chúc mừng, riêng có con dơi không đến. Phượng hoàng trách nó: "Địa vị của mày thấp hơn ta, sao lại ngạo mạn thế?" Dơi đáp: "Tôi có chân, tôi thuộc loài thú, việc gì tôi phải đến chúc anh?"

Lại một hôm, kỳ lân làm lễ sinh nhật, dơi vẫn không đến. Kỳ lân trách dơi. Dơi đáp: "Tôi có cánh, tôi thuộc loài cầm, việc gì tôi phải đến chúc anh?"

Kỳ lân và phượng hoàng gặp nhau, nói chuyện về dơi, cả hai đều cảm thán rằng: "Bây giờ thế thái nhân tình ngày một xấu, nên mới sinh ra cái loài không ra cầm không ra thú, bắt bẻ nó cũng vô ích mà thôi."

- Tiểu phủ

牛与鼓

【原文】

甲曰:“家下有鼓一面，每击之，声闻百里。”乙曰:“家下有牛一只，江南吃水，头直靠江北。”甲摇头曰:“那有此牛？”乙曰:“不是这一只牛，怎漫得这一面鼓。

——《广笑府》

【释文】

甲说:“我家里面有一面大鼓，每次击打的时候，声音在百里之外都可以听到。”乙说:“我的家里有一头牛，它站在江的南面喝水，但牛头可直靠近江的北面。”甲听了摇摇头说:“哪里会有这么大的牛？”乙说:“你既然说没有这么样一头大牛，你又哪里能找得到这么大的牛皮去蒙你家那一面大鼓？”

Bò và trống

Giáp nói: "Nhà tôi có một cái trống, đánh một tiếng, xa hàng trăm dặm cũng nghe thấy." Ất nói: "Nhà tôi có một con bò, nó đứng bên bờ sông nam uống nước, đầu nó chạm bờ bắc." Giáp lắc đầu nói: "Làm gì có con bò to đến thế?" Ất nói: "Không có con bò to như thế, làm sao bịt được cái trống to của anh?"

- Quảng tiếu phủ

生子容易作文难

【原文】

一秀才将试，日夜忧郁不已。其妻乃慰之曰："看你作文，如此之难，好似奴生产一般。"夫曰："还是你每生子容易。"妻曰："怎见得？"夫曰："你是有在肚里的，我是没在肚里的。"

——《笑林广记》

【释文】

一个秀才快要参加考试了，他每天都忧心忡忡地不停止。他的妻子看到就安慰他说："看见你考试做文章，怎么就这样艰难困苦，就好像我生小孩一样。"丈夫回答老婆说道："还是你生小孩比较容易。"老婆问丈夫道："你怎么有这种看法？"丈夫回答说："你生小孩，是有小孩在肚子里。而我写文章，是肚子里没有什么东西可写的。"

Sinh con dễ hơn

Có một anh tú tài sắp sửa đi thi, ngày đêm lo lắng khôn nguôi. Người vợ an ủi anh ta: "Xem thầy mày viết văn, rõ thật khó khăn, chẳng khác gì em sinh con vậy." Chồng nói: "Đàn bà sinh con dễ hơn nhiều." Vợ nói: "Sao lại nói thế?" Chồng nói: "Trong bụng em có sẵn đứa con; còn trong bụng anh thì lại trống rỗng."

- Tiếu lâm quảng ký

盗入贫室

【原文】

一盗夜挖入贫家，无物可取，因开门径出，贫人从床上呼曰："那汉子为我关上门去！"盗曰："你怎么这等懒？难怪你家一毫也没有！"贫人曰："且不得我勤快只做，倒与你偷？"

——《笑禅录》

【释文】

有一个盗贼深夜挖墙进入一户贫穷人家，看见房屋里没有什么值钱的物品可以盗取，盗贼因此就打开大门要直接离开，只听见屋里的贫穷人躺在床上对盗贼大声说："这位哥哥，请你离开的时候为我关上门！"盗贼听到这个穷人的话，说："你怎么这样懒惰，难怪你家里连一点值钱的东西都没有！"穷人回应这个盗贼说："假如我勤快地做事，倒方便你来偷盗。"

Trộm vào nhà nghèo

Có một thằng ăn trộm đào ngạch chui vào một nhà nghèo, phát hiện ra chẳng có cái gì để lấy cả, liền mở toang cửa đàng hoàng đi ra. Anh chủ nhà nghèo nằm trên giường hét: "Thằng kia, mày đóng cửa lại cho tao rồi hẵng đi!" Thằng ăn trộm nói: "Đồ nhà mày sao lười thế, chả trách nhà nghèo rớt mồng tơi là phải." Anh nhà nghèo đáp: "Tao chăm chỉ làm ăn để cho mày đến lấy trộm à?"

- Tiếu thiền lục

树丫叉

【原文】

乡人多以树之丫叉，支为坐凳者。父命其子求之山中，子持斧去，竞日，徒手归。父责之。子曰："丫叉尽有，奈都是朝上生的。"

——《笑府》

【释文】

乡里人家大多喜欢用树叉支起来当做凳子来坐。有一个父亲要他的儿子到山林中去寻找树叉，儿子拿着斧头就到山里去了，出去了整整一天，却两手空空回来了。父亲就责备儿子。儿子对父亲说："山里的树叉到处都是，没有办法的是每个树叉都是向上长的。"

Chạc cây

Người trong thôn thường lấy chạc cây về làm chân ghế. Ông bố sai anh con trai lên rừng tìm chạc cây, anh con trai mang rìu đi tìm cả một ngày, tay không trở về. Ông bố mắng, anh con mới nói: "Chạc cây thì nhiều lắm, nhưng chạc cây nào cũng mọc chĩa lên trời cả."

- Tiểu phủ

溺者死货

【原文】

永之氓，咸善游。一日，水暴甚，有五六氓，乘小船绝湘水，中济，船破，皆游。其一氓尽力而不能寻常。其侣曰：“汝善游最也，今何后为？”曰：“吾腰千钱，重，是以后。”曰：“何不去之？”不应，摇其首。有顷，益怠。已济者立岸上，呼且号曰：“汝愚之甚，蔽之甚，身且死，何以货为？”又摇其首，遂溺死。

——《柳河东集》

【释文】

湖南永州境内的老百姓，都非常擅长游泳。有一天，江水暴涨得十分厉害，有五六个人乘着小船横渡湘江，等小船到了河的中间，小船出现了破洞，人们都弃船游泳过江。其中一个人用尽全部力气也不能像平常那样游。他一起的同伴说：“你平时最会游泳，今天怎么落在后面了呢？”这个人回答说：“我的腰间缠着成千的铜钱，比较重，所以落在了后面。”同伴对他说：“你为什么不扔掉铜钱？”这个人不回答，摇了摇他的头。过了一会儿，他更加疲劳无力了。已经游过江的人站在岸上，高声地叫喊着说：“你真是太愚蠢了，太死心眼了，你都快要被淹死了，还要那么多钱干什么呢？”这个人又摇摇头，于是他被江水淹死了。

Quý tiền toi mạng

Ở đất Vĩnh, dân chúng ai nấy đều giỏi bơi lội. Một hôm nước sông dâng rất to. Có năm, sáu người cưỡi thuyền vượt qua sông Tương. Thuyền ra đến giữa sông, bỗng thuyền vỡ, họ đành bỏ thuyền bơi qua sông. Trong số đó có một người tuy bơi hết sức mà vẫn không sao tới được bờ. Bạn anh ta hỏi: "Mọi khi anh bơi giỏi lắm, sao nay lại tụt hậu thế?" Anh ta trả lời: "Lưng tôi đeo một nghìn đồng tiền đồng, nặng quá, vì thế mà tụt hậu." Người bạn nói: "Sao không vứt nó đi?" Anh ta không trả lời, chỉ lắc đầu. Một lát sau, anh ta mệt quá chừng. Người sang bờ trước đứng gọi anh ta: "Sao anh ngu thế! Đồng tiền làm cho anh mê mẩn mất rồi! Tính mạng không giữ được thì cần tiền làm gì?" Anh ta vẫn lắc đầu, và cứ thế chìm dần.

- Liễu Hà Đông tập

一叶障目

【原文】

楚人居贫，读《淮南方》，得“螳螂伺蝉自障叶，可以隐形”，遂于树下仰取叶，螳螂执叶伺蝉，以摘之。叶落树下，树下先有落叶，不能复分别。扫取数斗归，一一以叶自障，问其妻曰：“汝见我不？”妻始恒答言“见”，经日，乃厌倦不堪，绐云：“不见。”嘿然大喜，赍叶入市，对面取人物。吏遂缚诣县。县官受辞，自说本末，官大笑，放而不治！

——《笑林》

【释文】

有一个生活贫困的楚国人，在读到《淮南方》一书的时候，看到书中写有“螳螂在窥视蝉时用树叶做掩护，可以隐蔽遮挡住自己的身体”。于是，他便站在树下仰起头想摘取树叶，螳螂用树叶做掩护，窥察知了，他便去把螳螂用的这片树叶摘了下来。在摘下这片树叶的时候，树叶落到树底下，树下原先已经落有很多落叶，所以他已不能再分辨哪片是螳螂隐身过的那片树叶。这个楚国人便从树底下把树叶全部收拢起来拿回家中，有好几筐，他在家一片一片地用树叶遮挡住自己，然后问自己的妻子说：“你能不能看得见我？”妻子刚开始的时候总是回答说：“看得见你。”过了一整天的这样的问话回答后，直至他的妻子烦倦得无法忍受，只得诓骗他说：“看不见你了。”这个楚国人心里暗暗高兴，于是他携带着这一片树叶到集市去，并在卖物品的人面前拿取人家的东西。差役就把他捆绑起来送进了县衙门。县官知道后想看看楚国人怎么解释他这种行为，这个楚国人把事情的来龙去脉说给县官听，县官听了之后大笑不止，没有惩办就放他走了。

Lấy lá che mắt

Ở nước Sở có một người rất nghèo, một hôm anh ta đọc trong sách "Hoài Nam Tử" có câu, "khi bọ ngựa rình bắt ve sầu đã dùng chiếc lá để che chắn, có thể ẩn hình", bèn chạy tới dưới gốc cây ngửa mặt tìm lá. Anh ta tìm thấy bọ ngựa nép sau phiến lá rình ve sầu, bèn hái lá ấy. Chiếc lá rụng xuống gốc cây, dưới gốc cây vốn có rất nhiều lá rụng, không thể nhận ra đâu là lá ấy. Anh ta đành phải vơ luôn cả mấy sọt lá về, lần lượt lấy từng phiến lá che mình lại, hỏi vợ: "Em có nhìn thấy anh không?" Lúc đầu người vợ kiên nhẫn trả lời: "Có thấy." Sau thấy chồng hỏi cả ngày, sốt ruột đành đáp bừa: "Không nhìn thấy." Anh ta sướng quá, liền mang lá ấy ra chợ, lấy đồ vật của người ta ngay trước mặt họ. Quan quân bắt trói giải lên huyện. Quan huyện cật vấn, anh ta kể lại đầu đuôi, quan cười lớn, thả ra không bắt tội nữa.

- Tiếu lâm

翠鸟移巢

【原文】

翠鸟先高作巢以避患。及生子，爱之，恐坠，稍下作巢。子长羽毛，复益爱之，又更下巢，而人遂得而取之矣。

——《谭概》

【释文】

翠鸟最先筑窝的时候，是把窝巢筑在很高的地方，用以躲避各种灾祸。等到它孵出小鸟的时候，因为喜爱它，害怕它从高处摔下来，就把窝巢构筑在稍微低一点的地方。后来小鸟长出了羽毛，翠鸟更加喜欢它，翠鸟又把窝巢构筑在更低的地方，然而这样人们就很方便地把翠鸟们都捉走了。

Chim khách dời tổ

Chim khách làm tổ trên cao để phòng xa. Đến khi sinh con, vì yêu con, sợ con rơi ngã, nên dời tổ xuống cành thấp hơn. Khi con mọc lông vũ, lại càng yêu hơn, chuyển tổ xuống thấp hơn nữa, thế là bị người ta bắt được.

- Đàm khái

三人同卧

【原文】

三人同卧，一人觉腿痒甚，睡梦恍惚，竟将第二人腿上竭力抓爬，痒终不减，抓之愈甚，遂至出血。第二人手摸湿处，认为第三人遗溺也，促之起。第三人起溺，而隔壁乃酒家，榨酒声滴沥不止，以为己溺未完，竟站至天明。

——《笑林广记》

【释文】

三个人在一张床上睡觉，其中有一个人感觉到自己的腿痒得厉害，在恍恍惚惚的睡梦中，竟然在第二个人的腿上用力地抓挠，但他的痒却怎么也无法消失，于是挠痒挠得更加用力，直到把腿抓挠到出血。第二个人的手摸到出血的这个湿地方，以为是第三个人在尿床了，于是就把第三个人叫醒来。第三个人起床去尿尿，隔壁是一家酒坊，榨酒滴滴答答的声音一直没有停止，他就认为自己一直没有把尿尿完，竟在尿尿的地方一直站到天亮。

Ba người cùng ngủ

Có ba người cùng ngủ, một người chân ngứa dữ quá, trong lúc mơ màng, lại gãi thật lực vào chân người thứ hai, mãi mà vẫn ngứa, càng gãi mạnh hơn, đến mức tứa máu. Người thứ hai đưa tay sờ thấy ướt, ngỡ là người thứ ba đái dầm, bèn hối dậy. Người thứ ba dậy đi tiểu, nhưng nhà hàng xóm nấu rượu, tiếng rượu cất nhỏ tí tách mãi, ngỡ mình chưa đi tiểu xong, cứ đứng thế đến tận sáng.

- Tiếu lâm quảng ký

马价十倍

【原文】

人有卖骏马者，比三旦立市，人莫之知。往见伯乐，曰："臣有骏马，欲卖之，比三旦立于市，人莫与言。愿子还而视之，去而顾之，臣请献一朝之贾。"伯乐乃还而视之，去而顾之，一旦而马价十倍。

——《战国策》

【释文】

有个卖骏马的人，在集市上卖马卖了三天，却没有人知道他卖的马是好马。于是他去拜见相马的专家伯乐，并对他说："我有匹宝马想要卖掉它，连续三天都在马市上叫卖，可是却没有买马的人来过问。我想请您明天到马市上围着我的马看一下，离开的时候请您再回头来看它一眼，我愿意奉送给您一天做买卖所能得到的钱。"第二天，伯乐就走到马市，围着卖马人的那匹马观看了一下，离开的时候又回头看了一眼那匹马。过了一早，这匹马价钱就比原先涨了十倍。

Giá ngựa tăng gấp mười lần

Có người mang tuấn mã ra chợ bán, nhưng đi liền ba phiên mà vẫn không có người mua. Anh ta đi tìm Bá Nhạc, nói: "Tôi có con tuấn mã, định mang bán, nhưng ra chợ ba phiên rồi, mà chẳng có ma nào hỏi đến. Xin ông đi một vòng quanh con ngựa của tôi xem xét nó, rồi bỏ đi nhưng lại ngoảnh đầu nhìn nó, tôi xin biếu ông tiền bán được trong một ngày." Bá Nhạc liền ra chợ, đi quanh quan sát ngựa, bỏ đi rồi ngoảnh lại nhìn, chỉ trong một sớm, giá ngựa tăng lên gấp mười lần.

- Chiến Quốc sách

以金赎尸

【原文】

洧水甚大，郑之富人有溺者。人得其死者，富人请赎之。其人求金甚多，以告邓析。邓析曰：“安之！人必莫之卖矣。”得死者患之，以告邓析，邓析又答之曰：“安之！此必无所更买矣。

——《吕氏春秋》

【释文】

洧水发生了大的水患，郑国有一个富人家里的人被大水淹死了。有人从水中得到了死人的尸体。死者家里的人请求赎回这具尸首，但那个人要的钱财非常多，富人家里就把这件事告诉了邓析，希望邓析从中调解。邓析说：“你放心吧，那人只会将尸体卖给你，一定没有谁来买它了。”于是富人家里不再去找卖尸体的人了。得尸体的人担心富人家里不来买尸体，也来请邓析帮忙出主意，邓析又回答他说：“你放心吧，除了富人家里向你买，一定没有其他人来买这具尸体了。”

Dùng vàng chuộc xác

Nước sông Vĩ lên to, có một nhà giàu ở nước Trịnh chết đuối. Có người vớt được xác, gia đình nhà giàu kia xin chuộc xác. Người vớt được xác đòi giá rất cao, gia đình người nhà giàu đến hỏi Đặng Tích. Đặng Tích nói: "Cứ yên tâm! Người kia không bán thi thể được đâu mà sợ." Người vớt được thi thể cũng đâm lo, bèn đi hỏi Đặng Tích. Đặng Tích lại nói: "Cứ yên tâm! Cái thi thể kia không thể mua ở đâu được."

- Lã thị xuân thu

安知鱼乐

【原文】

庄子与惠子游于濠梁之上。庄子曰：“鯈鱼出游从容，是鱼之乐也。”惠子曰：“子非鱼，安知鱼之乐？”庄子曰：“子非我，安知我不知鱼之乐？”惠子曰：“我非子，固不知子矣；子固非鱼也，子之不知鱼之乐，全矣！”庄子曰：“请循其本。子曰‘汝安知鱼乐’云者，既已知吾知之而问我。我知之濠上也。”

——《庄子》

【释文】

庄子和惠子一起在濠水的桥上游览观光。庄子对惠子说：“你看，鯈鱼在河水中游得多么悠闲自得，自由自在，鱼是多么快乐啊。”惠子回答庄子说：“你又不是鱼，你怎么知道鱼的快乐？”庄子回答惠子说：“你不是我，你又怎么知道我不知道鱼的快乐？”惠子回答说：“我不是你，所以就不知道你的快乐；你也不是鱼，所以你不知道鱼的快乐，这是可以完全确定的。”庄子说：“让我们回到最初的问题，你开始问我‘你怎么知道鱼的快乐’的话，就说明你清楚我知道鱼的快乐，所以才来问我是从哪里知道的。而我就是在濠水的桥上知道的。”

Sao biết cá vui

Trang Tử và Huệ Tử tản bộ trên cầu sông Hào. Trang Tử nói: "Cá bơi lội tung tăng dưới nước, đó là cá đang vui đấy." Huệ Tử nói: "Ông không phải là cá, làm sao biết được cá vui?" Trang Tử nói: "Ông không phải là tôi, làm sao biết tôi không biết được niềm vui của cá?" Huệ Tử nói: "Tôi không phải là ông, tất nhiên là không biết được cảm giác của ông; ông vốn không phải là cá, ông cũng không thể biết được cảm giác của cá, đó là chắc chắn!" Trang Tử nói: "Thôi hãy nói lại từ đầu nhé. Ông vừa hỏi tôi: 'ông làm sao biết được cá vui', cho thấy ông đã biết là tôi biết nên mới hỏi vậy. Còn tôi đứng trên cầu mà biết được."

- Trang Tử

挥斧如风

【原文】

郢人垩漫其鼻端，若蝇翼，使匠石斫之。匠石运斤成风，听而斲之，尽垩而鼻不伤，郢人立不失容。

宋元君闻之，召匠石曰：‘尝试为寡人为之。’匠石曰：‘臣则尝能斫之。虽然，臣之质死久矣！’

——《庄子》

【释文】

在楚国的京城郢都有一个人在自己的鼻尖上抹了一点白粉，像苍蝇翅膀那么大小的一块，他让一个名字叫石的工匠用斧头把鼻尖上那一块白粉砍下来。工匠挥起斧头砍下去的时候，听到斧头都带有呼呼声音。结果把鼻尖上的白粉砍得很干净，而鼻子却没有受到一点儿伤害。郢人平静地站在原地，脸色丝毫没有改变。

宋元君听到了这件事情后，就让人召见匠石来，并对他说：“请你试着再给我表演一次斧头砍鼻灰的技术。”匠石回答宋元君道：“过去我曾经确实能够完成砍鼻灰这一事情。即使这样，但是那个能配合我施展技术的人，现如今已经去世很久了。”

Vung rìu như gió thổi

Ở Sính Đô nước Sở có một người bôi lên chóp mũi một mẩu đất trắng, to bằng con ruồi, đến nhờ thợ đẽo đá dùng rìu đẽo hộ. Người thợ đẽo đá vung rìu cuốn thành cơn gió, thổi bay mẩu đất đi, mũi sạch đất mà vẫn nguyên vẹn, người Sính Đô kia vẫn đứng yên không đổi sắc mặt.

Tống Nguyên Quân hay tin, cho vời người thợ đẽo đá đến nói: "Nhà ngươi hãy biểu diễn lại cho ta xem!" Người thợ đẽo đá đáp: "Đúng là tôi đã từng đẽo như thế thật. Nhưng cái người để tôi thi thố tài năng đó đã chết từ lâu rồi."

- Trang Tử

唇亡齿寒

【原文】

晋侯复假道于虞以伐虢。宫之奇谏曰："虢，虞之表也。虢亡，虞必从之。晋不可启，寇不可玩，一之为甚，其可再乎？谚所谓'辅车相依，唇亡齿寒'者，其虞、虢之谓也。"

弗听，许晋使。宫之奇以其族行，曰："虞不腊矣，在此行也，晋不更举矣。"

冬，晋灭虢。师还，馆于虞，遂袭虞，灭之，执虞公。

——《左传》

【释文】

晋献公再次派使者向虞国借路去攻打虢国。他手下的大臣宫之奇前来对虞公进谏说："虢国是虞国防护的屏障。等到虢国灭亡了，虞国必定会跟着被晋国灭亡。晋国这样的野心不可助长，对外敌的力量不可轻视。上一次借路给晋国就算是很过分了，怎么可能还再一次借给他们？俗话说，'脸面颊和嘴巴里的牙床骨是相互依存的，失去了嘴唇牙齿就会受冻挨冷。'这话说的正是我们虞国和虢国的关系啊。"

虞公没有听从宫之奇的进谏，他答应了晋国使者借路的要求。宫之奇就带领了他的家族离开了虞国，并说："虞国不能举行年终的祭祀了。这一次虞国就要灭亡了，晋国再也用不着发兵了。"

冬天，晋国灭掉虢国。晋军回师途中安营驻扎在虞国，晋军乘机突然发动进攻，灭掉了虞国，捉住了虞公。

Môi hở răng lạnh

Tấn hầu lại mượn đường nước Ngu để diệt nước Quắc. Cung Tử Kỳ can rằng: "Nước Quắc như vỏ ngoài của nước Ngu. Quắc mà mất, Ngu cũng mất theo. Không thể mở đường cho nước Tấn, không thể đùa với giặc. Một lần mượn đường đã quá lắm rồi, sao lại có thể thêm lần nữa? Ngạn ngữ có câu, 'má hàm kề nhau, môi hở răng lạnh', chính là nói về nước Ngu và nước Quắc vậy."

Vua Ngu không nghe, nhận lời sứ giả nước Tấn. Cung Chi Kỳ dẫn cả nhà bỏ đi, nói: "Nước Ngu không tồn tại được đến lễ tế tháng Chạp, nước Tấn chỉ cần xuất quân lần này, không cần cử binh thêm nữa."

Mùa đông, nước Tấn diệt nước Quắc. Hành quân trở về, đóng ở nước Ngu, liền thừa cơ đánh luôn, diệt nước Ngu, bắt vua Ngu.

- Tả truyện

新裤与旧裤

【原文】

郑县人卜子，使其妻为裤。其妻问曰：“今裤何如？”夫曰：“像吾故裤。”妻因毁新，令如故裤。

——《韩非子》

【释文】

有一个叫卜子的郑县人，让他的妻子为他做一条裤子，他妻子问他说：“现在你这个裤子做成什么样的啊？”丈夫回答说：“像我原来那样。”妻子于是把新裤子毁坏，使它像旧裤子一样了。

May như quần cũ

Ở huyện Trịnh có ông Bốc, bảo vợ may quần cho mình. Người vợ hỏi: "Bây giờ anh thích may thế nào?" Người chồng đáp: "Cứ may giống như chiếc quần cũ của anh." Thế là người vợ mang quần mới ra cào rách cho giống như quần cũ.

- Hàn Phi Tử

回生之术

【原文】

鲁人有公孙绰者，告人曰："我能起死人。"人问其故，对曰："我固能治偏枯，今吾倍所以为偏枯之药，则可起死人矣。"

——《吕氏春秋》

【释文】

鲁国有个名叫公孙绰的人。他向人吹嘘自己的技术，对别人说："我能使死了的人起死回生。"大家听了纷纷问他有什么特殊的药方，他回答说："我本来就善于治疗半身不遂的人，现在我把治疗偏枯的方剂药量再加大一倍，这样就可以起死回生了。"

Phương thuốc hồi sinh

Công Tôn Trác, người nước Lỗ, khoe với mọi người rằng: "Tôi có thể làm cho người chết sống lại." Mọi người hỏi ông ta dùng cách nào, ông ta đáp: "Tôi vốn chuyên chữa bệnh bán thân bất toại, bây giờ tôi tăng thuốc đó lên gấp đôi, thì có thể làm cho người chết sống lại."

- Lã thị xuân thu

惊弓之鸟

【原文】

异日者，更羸与魏王处京台之下，仰见飞鸟。更羸谓魏王曰：“臣为王引弓虚发而下鸟。”魏王曰：“然则射可至此乎？”更羸曰：“可。”有间，雁从东方来，更羸以虚发而下之。魏王曰：“然则射可至此乎？”更羸曰：“此孽也。”王曰：“先生何以知之？”对曰：“其飞徐而鸣悲。飞徐者则故疮痛也，鸣悲者久失群也，故疮未息而惊心未去也，闻弦音，引而高飞，故疮陨也。”

——《战国策》

【释文】

从前的某一天，更羸和魏国国王站在一个高台之上，仰望天空看见有一只飞鸟，更羸对魏王说：“我想让您看看，我只拉开弓不射出箭就可以使鸟掉下来。”魏王说：“是真的吗，你的射箭技术可以达到这种地步了吗？”更羸对魏王说：“可以试一下。”过了一会儿，有一只大雁从东边飞了过来，更羸拉开弓，没有射箭就使大雁掉下来了。魏王说：“啊，你的射箭技术真的达到了这种程度啊？”更羸说：“这只鸟是曾经遭受过箭伤的。”魏王问更羸：“先生你是怎么知道它受伤的呢？”更羸回答说：“这只大雁飞得慢，而且鸣叫的声音也很悲凉。飞得慢的原因，是因为身体有旧伤。鸣叫声悲凉的原因，是因为离开群雁的时间很长了。旧伤还没有痊愈，所以它的恐惧心理就还没消失。因此它听到弓弦的声音，就会用力舞动自己的翅膀往高处飞，旧伤口一发作，它就会掉下来了。”

Chim sợ tiếng cung

Hôm đó, Canh Luy và Nguỵ Vương cùng đứng ở bậc tam cấp, ngẩng đầu nhìn chim bay trên trời. Canh Luy nói với Nguỵ Vương rằng: “Thần có thể bắn cung không cũng có thể khiến cho chim rơi cho bệ hạ xem.” Nguỵ Vương nói: “Tài bắn chim có thể đạt đến trình độ điệu nghệ như vậy sao?” Canh Luy đáp: “Có thể.” Một lát sau, có một con chim nhạn từ phía đông bay đến, Canh Luy bật cung không có tên, chim nhạn rơi xuống liền. Nguỵ vương nói: “Bắn điệu nghệ đến thế kia ư?” Canh Luy nói: “Con chim này đã từng bị thương bởi tên.” Nguỵ Vương nói: “Sao ông biết?” Đáp rằng: “Nó bay rất chậm, tiếng kêu nghe thảm thiết lắm. Bay chậm là vì vết thương đau đớn; kêu thảm thiết là vì xa đàn đã lâu, vết thương cũ chưa lành, nỗi sợ hãi chưa hết, giờ nghe tiếng cung bật, vội cất cánh bay lên cao, vết thương tái phát liền rơi xuống.”

- Chiến Quốc sách

塞翁失马

【原文】

近塞上之人有善术者，马无故亡而入胡。人皆吊之，其父曰：此何遽不为福乎？居数月，其马将胡骏马而归。人皆贺之，其父曰：此何遽不能为祸乎？家富良马，其子好骑，堕而折其髀。人皆吊之，其父曰：此何遽不为福乎？居一年，胡人大入塞，丁壮者引弦而战。近塞之人，死者十九。此独以跛之故，父子相保。

——《淮南子》

【释文】

在靠近边塞的地方，有位擅长预测吉凶术数的人。有一天，他家的马不知什么缘故跑到了游牧民族的居住地。他的乡邻都到他家里去安慰他。那老父亲却说："这怎么就不可能成为一件好事呢？"过了几个月，那匹跑丢的马带着胡人的很多匹好马回来了。他的乡邻又都前来向他道喜祝贺。那老父亲又说："这怎么就不可以成为一种祸害呢？"这个老父亲家里有很多好马，他的儿子非常喜欢骑马，结果有一次在骑马的时候，他儿子从马上掉下来，把腿摔断了。乡邻又都前来宽慰他。那老父亲说："这怎么就不可能变成一件好事呢？"又过了一年，游牧民族纷纷入侵边塞，乡里健壮的男子都被征兵去前线作战。边塞附近的人，死亡的很多。只有塞上老父亲的儿子因为腿跛的原因免于被征去当兵，于是父子俩一起保全了性命。

Tái ông mất ngựa

Ở gần biên ải có một ông già rất giỏi nghề bói toán, một hôm con ngựa bỗng vô cớ biến mất, chạy sang đất Hồ. Mọi người đến chia buồn cùng ông, ông nói: "Biết đâu chẳng phải là phúc đấy." Mấy tháng sau, con ngựa kéo theo mấy con tuấn mã đất Hồ trở về. Mọi người đến chúc mừng ông cụ, ông nói: "Biết đâu chẳng phải là hoạ đấy." Từ khi có nhiều tuấn mã, con trai ông thích cưỡi, một hôm chẳng may ngã ngựa què chân. Mọi người đến chia buồn cùng ông, ông nói: "Biết đâu chẳng phải là phúc đấy." Năm sau, người Hồ tấn công vào biên ải, trai tráng trong làng xách cung ra trận. Người vùng biên ải, mười phần chết chín. Chỉ có con ông vì què không phải ra trận, bố con vẫn được yên ổn.

- Hoài Nam Tử

师旷劝学

【原文】

晋平公问于师旷曰："吾年七十，欲学，恐已暮矣。"师旷曰："何不炳烛乎？"

平公曰："安有为人臣而戏其君乎！"师旷曰："盲臣安敢戏其君乎？臣闻之：少而好学，如日出之阳；壮而好学，如日中之光；老而好学，如炳烛之明。炳烛之明，孰与昧行乎？"

平公曰："善哉！"

——《说苑》

【释文】

晋平公向师旷求教关于学习方面的道理，说："我今年已经有七十岁了，还想要学习求道，恐怕已经太晚了吧。"师旷回答说："您为什么不点燃一支蜡烛当做照明呢？"

平公说："哪有做大臣的和他的君主开这样的玩笑的！"师旷说："为臣一个盲人怎么敢戏弄君主您呢？我曾经听说过这样一个说法：年少的时候喜爱读书学习，就好像是早晨初升的太阳；壮年的时候喜爱读书学习，就好像是中午的阳光；年老的时候爱好读书学习，就好像是点燃了蜡烛照明。点燃蜡烛照明走路与摸黑走路，这两种方式在夜间走路哪个好？"

晋平公说："您说得太好了！"

Sư Khoáng khuyên học

Tấn Bình Công nói với Sư Khoáng rằng: “Ta đã bảy mươi tuổi, muốn học nữa, nhưng e quá muộn rồi.” Sư Khoáng nói: “Sao không đốt nến lên?” Tấn Bình Công nói: “Nhà ngươi là thần dân, sao lại dám cười cợt quân vương?” Sư Khoáng nói: “Thần dân đâu dám cười quân vương! Thần nghe người ta nói, thiếu niên hiếu học, như ánh ban mai rực rỡ; thanh niên hiếu học, như ánh mặt trời ban trưa; già mà hiếu học, như ánh sáng của nến. Đốt nến để đi đường so với cứ lò mò đi đêm, đằng nào tốt hơn?”

Tấn Bình Công nói: “Hay lắm.”

- Thuyết uyển

齿亡舌存

【原文】

（常枞）张其口而示老子曰：“吾舌存乎？”老子曰：“然。”“吾齿存乎？”老子曰：“亡。”常枞曰：“子知之乎？”老子曰：“夫舌之存乎，岂非以其柔耶？齿之亡乎，岂非以其刚耶？”常枞曰：“嘻！是已。天下之事已尽矣。”

——《说苑》

【释文】

春秋时，著名思想家老子的老师常枞病重了。他张开嘴巴给老子看了看，问道：“我的舌头还在吗？”老子回答说：“当然还在。”常枞又问：“我的牙齿还在吗？”老子说：“没有了。”常枞又问老子：“你知道这是为什么吗？”老子回答说：“那舌头能够最后存在，岂不是因为它是柔软的吗？牙齿不复存在，难道不是因为它是刚硬的吗？”常枞说：“好啊！是这样的道理。这道理已涵括世界上所有的事情了！”

Lưỡi còn răng mất

[Thường Tung] há miệng cho Lão Tử xem, đoạn nói: “Lưỡi ta có còn không?” Lão Tử nói: “Còn.” “Răng ta có còn không?” Lão Tử nói: “Không còn.” Thường Tung hỏi: “Anh có biết vì sao không?” Lão Tử nói: “Lưỡi còn, chẳng phải vì nó mềm sao? Còn răng mất, chẳng phải vì nó cứng sao?” Thường Tung nói: “Ôi! Đúng vậy. Việc trong thiên hạ đều bao hàm ở trong đó cả.”

- Thuyết uyển

无过之过

【原文】

高缭仕于晏子，晏子逐之。左右谏曰："高缭之事夫子三年，曾无以爵位，而逐之，其义可乎？"晏子曰："婴，仄陋之人也。四维之然后能直。今此子事吾三年，未尝弼吾过，是以逐之也。"

——《说苑》

【释文】

高缭在晏子的治下做官，晏子免了他的职并辞退了他。他的左右随从劝谏晏子说："高缭在此入职已侍奉您三年了，而您竟然没有给他爵位，现在还要辞退他，您这样做觉得合乎道义吗？"晏子说："我是一个孤陋卑微的人。需要通过多方辅助与支持才能保持国家稳固。现在高缭这个人入职侍奉了我三年，却从来没有纠正过我的过失与错误，这就是我辞退他的原因。"

Không nói khuyết điểm của người

Cao Liêu làm quan dưới trướng của Án Tử, bị Án Tử cách chức. Những người làm việc dưới trướng Án Tử khuyên rằng: "Cao Liêu làm việc ba năm dưới trướng ngài, ngài không những không đề bạt, mà lại còn cách chức ông ta, e quá nhẫn tâm chăng?" Án Tử nói: "Tôi vốn là người nông cạn kém học. Cần có nhiều người xung quanh giúp đỡ mới nâng cao lên được. Nhưng người này làm việc cho tôi ba năm rồi, mà chưa bao giờ chỉ ra một khuyết điểm nào của tôi, nên tôi phải cách chức ông ta."

- Thuyết uyển

汉人煮席

【原文】

汉人有适吴，吴人设笋，问是何物，语曰：“竹也！”归煮其床箦而不熟，乃谓其妻曰：“吴人轣辘，欺我如此！”

——《笑林》

【释文】

汉中地区有一个人有一次到吴地去，吴地的人用竹笋做菜来招待他。他不认识竹笋，问它是什么东西，吴地招待他的主人回答说：“这是竹子。”回家后，他便拿着床上的竹席当做竹笋放到锅里去煮，却发现怎么煮也煮不烂。于是他对妻子说：“吴地人真狡诈啊，竟然这么欺骗我。”

Người Hán luộc chiếu

Người Hán đến đất Ngô, người Ngô luộc măng tre khoản đãi, người Hán hỏi đó là vật gì, đáp rằng: "Tre đấy." Người Hán trở về nhà, lật chiếc chiếu làm bằng tre đem đi luộc, luộc mãi chẳng nhừ, bèn nói với vợ: "Người đất Ngô xỏ lá thật, nó lại lừa mình!"

- Tiếu lâm

郑人逃暑

【原文】

郑人有逃暑于孤林之下者，日流影移，而徙衽以从阴。及至暮，反席于树下。及月流影移，复徙衽以从阴，而患露之濡于身。其阴逾去，而其身逾湿，是巧于用昼而拙于用夕矣。

——《太平御览》

【释文】

郑国有一个人在孤零零的一棵树下铺着凉席避暑，白天，太阳在空中从东到西移动，树的影子在地面上东西移动，他也就随着树的影子挪动自己躺卧的凉席。到了傍晚，他又把凉席摆放在大树底下。月亮在空中移动，树的影子也在地面上移动，他又随着树影挪动自己躺卧的凉席，但是，他苦于露水沾湿了他整个身体。树影越移越远了，他的身上也被露水打得越来越湿了。这个方法在白天很巧妙，但在晚上也这样做就显得相当笨拙了。

Người nước Trịnh tránh nắng

Có người nước Trịnh tránh nắng dưới gốc cây, mặt trời di chuyển, bóng cây cũng di chuyển theo, anh ta liền di chuyển cái chiếu theo bóng râm. Đến chiều tối, anh ta vẫn mang chiếu ra rải dưới gốc cây. Khi mặt trăng di chuyển, bóng trăng cũng di chuyển, anh ta cũng dịch chiếu theo bóng cây, mà bị sương rơi ướt đẫm cả người. Bóng cây càng dịch ra xa, người anh ta càng ướt. Đó là do khéo ban ngày mà vụng vào ban đêm vậy.

- Thái Bình ngự lãm

狂 泉

【原文】

昔有一国，国有一水，号曰“狂泉”。国人饮此水，无一不狂。唯国君穿井而汲，故无恙。国人既狂，反谓国君之不狂为狂。于是聚谋，共执国君，疗其狂疾。火艾、针药莫不毕具。国主不胜其苦，遂至狂泉所酌而饮之，饮毕便狂。君臣大小，其狂若一，众乃欢然。

——《宋书》

【释文】

从前有一个国家，国内有一井泉水，号称“狂泉”。国里的人喝了这口井的水，没有一个不发狂的，只有国君凿井取水喝没有使自己疯狂。民众都变得疯狂了，反而到处说国君不表现狂病才是真正的疯狂。因此民众就聚集起来共同谋划，抓住了国君，治疗国君发狂的病，用尽了艾烤、针灸、草药等各种治疗方法。国君承受不住这种苦难，于是便到了“狂泉”所在地，舀泉水喝了下去，国君饮完了狂泉水立马变得疯狂起来。国君臣民，老的少的，都一样地发疯了，大家都非常高兴。

Suối điên

Ngày xưa, ở một nước nọ có một con suối, có tên là "suối điên." Người trong nước ai uống nước suối này, đều phát điên rồ cả. Chỉ có mỗi một mình nhà vua đào giếng để uống nước, nên không bị điên. Những người điên trong nước lại nói nhà vua không bị điên là người điên. Họ liền tụ họp bàn mưu, cùng đi bắt nhà vua để trị bệnh điên cho ông ta. Nào châm cứu nào đổ thuốc, đủ cách chữa trị. Nhà vua đau đớn quá không chịu được, liền chạy đến suối điên múc nước mà uống, uống xong cũng hoá điên. Thế là cả nước ấy từ vua đến dân, từ già đến trẻ, ai cũng khùng điên hết, thế nhưng tất cả mọi người đều vui sướng.

- Tống thư

威无所施

【原文】

有妇人昼日置二小儿沙上而浣衣于水者。虎自山上驰来，妇人仓皇沉水避之。二小儿戏沙上自若。虎熟视久之，至以首抵触，庶几其一惧；而儿痴，竟不知。虎亦寻卒去。

意虎之食人，先被之以威；而不惧之人，威亦无所施欤！

——《东坡全集》

【释文】

有个妇人白天里将自己的两个小孩放置在沙滩上，自己去河边洗衣服。老虎从山上奔跑下来，妇人慌忙不迭地潜入水里来躲避老虎，两个小孩还是像刚才那样，若无其事地在沙滩上玩耍。老虎仔细地盯着两个小孩看了很久，甚至用头来触碰两个小孩，想等到其中一个能够感到害怕，可是小孩很天真，最终还是不知道害怕老虎。老虎最后终于离开，到别处寻找食物了。

意料老虎想要吃人，也要先施加威胁以吓唬人；对于那些不惧怕的人，它的恐吓也就没有什么地方可施展的了！

Oai hổ mất oai

Có một bà mẹ ban ngày ra sông giặt, thả hai đứa con trên bãi cát cho chúng chơi. Một con hổ bỗng từ trong núi đi ra, bà mẹ sợ quá nhảy xuống sông để trốn, còn hai đứa bé vẫn cứ chơi trên cát. Con hổ đi đến gần hai đứa bé, nhìn chúng chằm chằm, dúi đầu mình vào người chúng, hòng hù doạ bọn trẻ; nhưng hai đứa trẻ cứ ngây ra, không biết kinh sợ là gì. Cuối cùng con hổ đành bỏ đi.

Con hổ trước khi ăn thịt người, thường ra oai trước để cho người sợ. Nhưng gặp người không sợ nó, con hổ đâm ra mất cả oai.

- Đông Pha toàn tập

万字难写

【原文】

汝有田舍翁，家资殷盛，而累世不识“之”“乎”。一岁，聘楚士训其子。楚士始训之搦管临朱，书一画，训曰：“一字。”书二画，训曰：“二字。”书三画，训曰：“三字。”其子辄欣欣然，掷笔，归告其父曰：“儿得矣！儿得矣！可无烦先生，重费馆谷也，请谢去。”其父喜从之，具币谢遣楚士。逾时，其父拟征召姻友万氏者饮，令子晨起治状，久之不成。父趣之。其子恚曰：“天下姓字多矣，奈何姓万？自晨起至今，才完五百画也。”

——《应谐录》

【释文】

汝州城内有一个地主老头，他家里的财产十分富足，可是祖祖辈辈都不认识字。有一年，他请了楚地的读书人来他家，教育他的儿子读书写字。老师开始教地主的儿子执笔描红写字，让他在纸上书写一笔，并对地主的儿子说：“这是一字。”老师让他在纸上写两笔，又对地主的儿子说：“这是二字。”让他书写三笔，老师说：“这是三字。”地主的儿子刚写完这三个字，便高兴得不得了，把笔朝一旁一丢，回到他父亲那里，告诉他父亲说道：“我已经学会了，我已经学会了，可以不必再麻烦老师了，请老师要花不少吃和住的钱，请把老师辞掉吧。”他的父亲听了儿子说的话很是开心，就相信儿子，并拿出钱来把楚地老师辞退了。过了几天，老地主打算邀请姓万的亲戚来家里喝酒，一早上就叫儿子写一份请柬。过了很久还没有写成，父亲就前去催促他，儿子生气地说：“天下的姓氏那么多，这个人怎么偏偏姓万。我从一清早开始写到现在，仅仅才写完五百画。”

Chữ Vạn khó viết

Ở Nhữ Châu có một nhà địa chủ, cơ ngơi giàu có, nhưng từ bố đến con đều không biết chữ. Năm nọ, họ mời một thầy giáo người Sở đến dạy cho con học. Ông thầy đầu tiên dạy đứa bé cầm bút đặt tay, rồi gạch một gạch, dạy rằng: “Đây là chữ nhất.” Vẽ hai gạch, dạy rằng: “Đây là chữ nhị.” Vẽ ba gạch, dạy rằng: “Đây là chữ tam.” Đứa con trai vui sướng vứt bút đi, chạy về nói với ông bố rằng: “Con học được rồi! Con học xong rồi! Thôi không cần phiền thầy nữa, tiền ăn ở tốn quá, cho thầy về thôi!” Người bố vui sướng, trả tiền cảm tạ rồi mời thầy về. Chẳng bao lâu, người bố giầu có định mời một người thân họ Vạn đến uống rượu, liền bảo con dậy sớm viết giấy mời, viết mãi viết mãi mà vẫn chưa viết xong. Người bố giục con viết mau lên. Người con hậm hực nói: “Thiên hạ có biết bao nhiêu là họ, mà sao lại cứ phải đặt là họ Vạn cơ chứ? Từ sáng đến giờ mới gạch được có năm trăm gạch thôi!”

- Ứng hài lục

何无贼

【原文】

乡居有偷儿，夜瞰迂公室，公适归，遇之。偷儿大恐，并弃其所偷来羊裘而遁。公拾得之，大喜。自是羊裘在念，入城，虽丙夜必归。至家，门庭晏然，必蹙额曰："何无贼？"

——《雅谑》

【释文】

乡下有一个小偷，有一天夜里偷偷潜入迂公的家里，偷东西的时候迂公恰好回来碰上了。小偷见了非常害怕，于是丢下偷的东西和身上穿的羊皮衣就逃跑了。迂公拾起小偷丢掉的东西，非常高兴。从此以后，他就总有再捡拾羊皮衣服这件事的念想。有时候，他住在城里，即使在半夜里也一定要回家。可是到了家门口，门庭平静依旧，这时迂公必皱着眉头说："家里为什么还不来小偷呢？"

Sao không có trộm nhỉ

Trong làng có một thằng ăn trộm, đêm nọ lần vào nhà ông Vu, vừa hay ông đi đâu về bắt gặp. Thằng ăn trộm sợ quá, vứt chiếc áo da dê vừa ăn trộm được ở nhà khác rồi bỏ chạy. Ông Vu nhặt được áo, khoái chí lắm. Từ đấy trở đi cứ nhớ mãi đến cái áo da dê, mỗi khi vào thành, dù là nửa đêm cũng phải về nhà. Đến nhà, thấy trong nhà ngoài ngõ im ắng quá, bèn chau mày nói: "Sao không có trộm nhỉ?"

- Nhã hước

多言何益

【原文】

子禽问曰："多言有益乎？"墨子曰："蛤蟆蛙黾，日夜恒鸣，口干舌擗。然而不听。今观晨鸡，时夜而鸣，天下振动。多言何益？唯其言之时也。"

——《墨子》

【释文】

子禽向老师墨子请教，问："老师，多说话有什么好处吗？"墨子回答道："蛤蟆、青蛙，白天黑夜叫个不停，叫得口干舌燥，可是没有人去听它的叫声。现在你再去看看那雄鸡，在黎明时分按时鸣叫，天下震动，人们纷纷早早起身。多说话有什么好处呢？只有在恰当时机说合适的话才有用。"

Nói nhiều ích gì

Tử Cầm hỏi Mặc Tử rằng: “Nói nhiều có ích chăng?” Mặc Tử đáp: “Con ếch, con nhặng, kêu suốt cả ngày, đến khô miệng rát lưỡi. Nhưng chẳng ai muốn nghe. Nay lại nhìn con gà trống, chỉ gáy vào sáng sớm, mà ai ai cũng bật dậy. Nói nhiều có ích gì? Phải nói cho đúng lúc.”

- Mặc Tử

有尾惧诛

【原文】

艾子浮于海，夜泊岛屿中，夜闻水下有人哭声，复若人言，遂听之。其言曰："昨日龙王有令：'应水族有尾者斩。'吾鼍也，故惧诛而哭。汝虾蟆无尾，何哭？"复闻有言："吾今幸无尾，但恐更理会科斗时事也。"

——《艾子杂说》

【释文】

艾子乘船在大海中航行，夜晚停泊在一个海岛上，半夜的时候，他听见水底下有人的哭声，又好像是有人在说话。于是就仔仔细细地听着，听见其中有一个声音说："昨天龙王发布了一道命令，水族中凡是有尾巴的都要被斩首。我是一条鼍呀，很害怕被杀头，所以才痛哭。而你是只蛤蟆，又没有尾巴，为什么也哭个不停呢？"又听见一个声音说："我现如今很庆幸自己没有尾巴，但惧怕龙王追究我当蝌蚪时有尾巴的事情啊！"

Có đuôi sợ giết

Ông Ngải Tử rong thuyền ra biển, đêm neo lại ở một hòn đảo nhỏ, nửa đêm nghe dưới nước có tiếng người khóc, lại có tiếng người nói chuyện, liền lắng tai nghe. Một tiếng nói rằng: "Hôm qua Long Vương hạ lệnh: 'Những loài sống ở dưới nước, đứa nào có đuôi đều phải chém.' Tôi là họ nhà giải, tôi sợ bị chặt đầu nên tôi khóc. Còn anh là họ nhà cóc không có đuôi, thì việc gì phải khóc?" Một tiếng nói khác: "Tôi bây giờ thật may không còn đuôi nữa, nhưng tôi sợ Long Vương lại cứ truy cứu chuyện xưa tôi là nòng nọc!"

- Ngải Tử tạp thuyết

邯郸学步

【原文】

子独不闻夫寿陵余子之学行于邯郸与？未得国能，又失其故行矣，直匍匐而归耳。

——《庄子》

【释文】

你就没有听说过那燕国寿陵有个小子，他到赵国邯郸去学习走步的事情了吗？没有能够学会赵国人走路的本事，又丢失掉了他原有的走路本领，最后只得爬着回到自己的国家去了。

Đến Hàm Đan học đi

Anh có nghe chuyện xưa, có một chàng thiếu niên ở Thọ Lăng nước Yên đến Hàm Đan nước Triệu học đi, chưa học được lối đi của người Triệu, mà còn quên cả cách đi vốn có của mình, cuối cùng anh ta phải bò về nước.

- Trang Tử

以屠知女

【原文】

齐王厚送女，欲妻屠牛吐，屠牛吐辞以疾。其友曰：“子终死腥臭之肆而已乎？何为辞之？”吐应之曰：“其女丑。”其友曰：“子何以知之？”吐曰：“以吾屠知之。”其友曰：“何谓也？”吐曰：“吾肉善，如量而去，苦少耳；吾肉不善，虽以他附益之，尚犹贾不出。今厚送子，子丑故耳。”其友后见之，果丑。

——《韩诗外传》

【释文】

齐国的国王以丰厚的嫁妆陪嫁自己的女儿，希望嫁给卖牛肉的屠夫吐做妻子，屠夫吐以自己有病拒绝了这件婚事。他的朋友问吐说：“您愿意终身老死在这腥臭的卖牛肉的市场吗？为什么拒绝呢？”吐回答他朋友说：“齐王的女儿丑。”他的朋友问：“您是怎么知道齐王的女儿丑呢？”吐回答说：“因为我从事屠夫的这一行业而知道的。”他的朋友问：“这怎么解释？”吐说：“我在卖牛肉生涯中，当我卖好牛肉的时候，就如数全部卖出去了，大家只会嫌牛的肉量少了；当我卖的牛肉不好的时候，虽然加上别的好一点的牛肉，我的牛肉还是卖不出去。如今齐王用丰厚的嫁妆陪嫁女儿，是因为女儿丑的原因啊。”他的朋友后来看见了齐王的女儿，果然长得很丑。

Suy nghĩ của anh đồ tể

Vua Tề gả con gái, cho của hồi môn rất hậu, muốn gả cho anh đồ tể tên là Thổ, đồ tể Thổ rối rít từ chối. Bạn anh ta hỏi: "Anh muốn sống đến chết già trong cái chợ tanh tưởi này ư? Sao lại từ chối thế?" Thổ liền giải thích: "Cô gái ấy rất xấu xí." Người bạn hỏi: "Cớ sao anh biết?" Thổ đáp: "Cứ theo nghề đồ tể của tôi mà suy ra là biết." Người bạn hỏi: "Nghĩa là sao?" Thổ đáp: "Nếu thịt của tôi ngon, có bao nhiêu cũng bán hết, còn lo thiếu; nếu thịt ôi, có tặng thêm thứ khác, cũng vẫn ế dài! Nay vua gả con đình đám, là bởi con xấu." Người bạn sau nhìn thấy cô gái ấy, đúng là rất xấu xí.

- Hàn Thi ngoại truyện

卫国公与弥子瑕

【原文】

弥子名瑕，卫之嬖大夫也。昔者弥子瑕有宠于卫君。卫国之法，窃驾君车者刖。弥子瑕母病，人间往夜告弥子。弥子矫驾君车以出。君闻而贤之，曰："孝哉！为母之故，忘其刖罪。"异日，与君游于果围，食桃而甘，不尽，以其半啖君。君曰："爱我哉！忘其口味，以啖寡人。"及弥子色衰爱弛，得罪于君，君曰："是固尝矫驾吾车，又尝啖我以余桃！"

故弥子之行未变于初也，而前见贤后获罪者，爱憎之变也。故

【释文】

弥子，他的名字叫瑕，是卫灵公身边受宠的一个臣子。从前，弥子瑕在朝廷里很受到卫灵公的宠幸。卫国的法律制度规定，私自驾驶国君车子的要被处以刖刑。有一次，弥子瑕的母亲生病了，有人从小道前往连夜告诉弥子瑕，弥子瑕听到这个消息后，擅自驾着国君的车子出去探望母亲。国君听说了这件事后，没有怪罪弥子瑕，相反认为他很有贤德，说："弥子瑕好孝顺呀！因为母亲生病，竟忘了私自驾我的车是犯了刖罪了。"有一天，弥子瑕与国君一起在桃园里赏玩游逛，弥子瑕吃到一个很甜的桃子，便把这个自己没吃完的甜桃子给了国君吃。国君说："弥子瑕这是多么爱我呀！忘记了这桃子是他已经吃了一半的桃子，还来送给我吃。"等到弥子瑕年纪老了，受到的宠爱没有年轻时那么浓烈了，得罪了国君，国君就对其他的臣子说："这个人本来就曾经私自驾驶我的车子，后来又曾经给我吃剩下的一半桃子。"

Vệ Linh Công và Di Tử Hà

Xưa có Di Tử Hà, là quan đại phu nước Vệ. Di Tử Hà rất được vua nước Vệ sủng ái. Theo pháp luật nước Vệ, ai đi trộm xe của vua sẽ bị chặt chân. Một đêm, có người đến báo mẹ Di Tử Hà ốm nặng. Di Tử Hà vội lấy xe nhà vua về thăm mẹ. Vua biết khen rằng: "Có hiếu thật! Vì hết lòng với mẹ, mà quên cả tội chặt chân." Lại một hôm, Di Tử Hà theo vua đi chơi ở ngoài vườn, hái quả đào ăn thấy ngọt, còn một nửa đưa cho vua ăn. Vua nói: "Yêu ta thật! Đang ăn ngon miệng mà biết nhường cho ta." Về sau, Di Tử Hà tuổi già sắc kém, vua không yêu như trước nữa, một hôm Hà phạm lỗi, vua giận nói rằng: "Trước dám tự tiện lấy xe của ta đi, lại có một bận dám cho ta ăn quả đào thừa."

Nên hành vi của Di Tử Hà không khác, nhưng trước thì được khen, sau lại trách tội, là do yêu nên tốt ghét nên xấu. Cho nên

【原文】

有爱于主，则智当而加亲；有憎于主，则罪当而加疏。故谏说之士不可不察爱憎之主而后说之矣。

——《韩非子》

【释文】

弥子瑕的行为，虽然起初的行为与年老的行为都没有改变，然而先前的被赞誉，后来的行为却获罪，其中的原因是因为卫王的爱憎发生了变化。因此，受到国君宠幸的，那么他的行为合乎国君的心意就会更加得到恩宠；受到国君讨厌的，他的行为不合乎国君的心意，就会获罪并被疏远。所以劝谏游说谈论国事的人，不可以不考虑好人主的爱憎，然后再去谈论自己的想法。

được vua yêu, thì cho là trí mà càng thêm thân; bị vua ghét, thì cho là tội mà càng thêm sơ. Nên kẻ sĩ can gián du thuyết không thể không quan sát sự yêu ghét của vua, sau đó mới du thuyết vậy.

- Hàn Phi Tử

曾子杀猪

【原文】

曾子之妻之市，其子随之而泣。其母曰：“女还，顾反为女杀彘。”妻适市来，曾子欲捕彘杀之。妻止之曰：“特与婴儿戏耳。”曾子曰：“婴儿非与戏也！婴儿非有知也，待父母而学者也，听父母之教。今子欺之，是教子欺也。母欺子，子而不信其母，非以成教也。”

遂烹彘也。

——《韩非子》

【释文】

曾子的妻子要到集市去，她的孩子紧紧地跟在后面哭泣。她哄着孩子说：“你回家去吧，等我从集市回来后，就杀猪给你吃。”妻子刚从集市上回来，曾子就要把猪抓来杀掉。妻子连忙制止曾子说：“我只是和小孩子说着玩的，哄他开心罢了。”曾子对妻子说：“你不能和孩子开玩笑！孩子小，没有什么分辨能力，他们是会向父母学习的，听从父母的教诲。现在你哄骗他，这是教孩子学会欺骗。如果母亲欺骗孩子，孩子就不会相信母亲，这不是教育孩子的方法啊。”

于是曾子把猪杀了，并放到锅里煮了。

Tăng Tử giết lợn

Vợ thầy Tăng Tử đi chợ, con khóc đòi đi theo. Người mẹ bảo: "Con về nhà, đợi mẹ về làm thịt lợn cho con ăn." Lúc vợ đi chợ về, thầy Tăng Tử đi bắt lợn làm thịt. Vợ ngăn lại, nói: "Tôi chỉ nói đùa con thôi mà." Thầy Tăng Tử bảo: "Không nên nói đùa với trẻ con! Trẻ thơ không biết chuyện gì, chỉ học theo cha mẹ, nghe theo lời dạy của cha mẹ. Nay mình nói dối nó, chính là dạy nó nói dối. Mẹ mà nói dối con, thì con sẽ không tin mẹ nữa, đây không phải là cách dạy." Nói xong, làm thịt lợn nấu cho con ăn.

- Hàn Phi Tử

伯俞泣仗

【原文】

汉，韩伯俞，梁人，性至孝。母教素严，每有小过，辄杖之，伯俞跪受无怨。一日，复杖，伯俞大泣。母讶问曰：“往者杖汝，常悦受之，未尝或泣，今日杖汝，何独泣乎？”伯俞曰：“往者儿得罪，笞尝痛，知母康健。今母之力，不能使痛，知母力已衰，恐来日无多，是以悲泣耳。”

——《说苑》

【释文】

汉代的韩伯俞，是梁州人，他的天性很孝顺。母亲教育他，平时一向很严格。每次即使韩伯俞有很小的过错，他的母亲就用手杖去打他，伯俞都跪在地上挨受母亲的手杖而没有什么怨恨。有一天，母亲又用手杖打他，伯俞却大哭起来。母亲惊讶地问他：“平日我用手杖打你，你总是心悦诚服地接受，没有出现过哭泣的情况，今天我用杖打你，你为什么偏偏要哭泣？”伯俞对母亲说：“以往儿子犯了过错挨打的时候，曾感觉到身体比较疼痛，知道母亲身体很康健有力。今天母亲打我用的力，不能让我感觉到疼痛，这让我知道母亲体力已经衰弱了，儿子担心母亲以后的时间不多了，所以我才悲伤哭泣啊！”

Bá Du thương mẹ

Thời Hán có Hàn Bá Du, người Lương Châu, rất có hiếu. Mẹ dạy rất nghiêm, mỗi khi có lỗi, mẹ thường đánh đòn, Bá Du quỳ chịu đòn không hề oán thán. Một hôm, Bá Du lại bị đòn, khóc lớn. Mẹ ngạc nhiên hỏi: "Mọi khi mẹ đánh, con đều vui lòng chịu đựng, chưa bao giờ khóc, hôm nay đánh con, sao con lại khóc dai như thế?" Bá Du đáp: "Mọi khi con có lỗi, bị mẹ đánh đều thấy đau, biết mẹ còn mạnh khoẻ. Lần này mẹ đánh, con thấy không đau mấy, con biết mẹ già sức yếu, sợ năm tháng không còn dài, nên mới đau buồn mà khóc."

- Thuyết uyển

柳季与岑鼎

【原文】

昔齐攻鲁，求其岑鼎。鲁侯伪献他鼎而请盟焉。齐侯不信，曰：“若柳季云是，则请受之。”鲁欲使柳季。柳季曰：“君以鼎为国，信者亦臣之国，今欲破臣之国，全君之国，臣所难。”鲁侯乃献岑鼎。

——《国语》

【释文】

从前，齐国攻打鲁国，索要鲁国的立国重器岑鼎。鲁国的国君想用一个伪造的鼎献给齐君，并向齐君请求订立结盟合约。齐君不相信鲁君会把真正的岑鼎献给他，他便向鲁侯提出：“如果柳季说你献来的鼎是真品的话，那么我就相信并接受它。”鲁侯只得派人去请求柳季，想柳季从中帮忙说话。柳季对鲁侯说：“您把岑鼎当作是国家的重器，而我则把讲信用看成是我的立身根本。现在您想要破坏我的根本，来成全您的国家，这是我实在难以办到的事情。”鲁君没有办法只好将真的岑鼎献给齐君。

Liễu Quý và đỉnh quý

Xưa nước Tề đánh nước Lỗ, bắt phải đem dâng đỉnh quý. Vua Lỗ tráo đổi cái đỉnh khác đem dâng để xin kết liên minh. Vua Tề không tin, bảo: "Phải có Liễu Quý nói rằng đây là đỉnh thật, ta mới nhận." Vua Lỗ cho gọi Liễu Quý đi sứ. Liễu Quý nói: "Nhà vua coi cái đỉnh ấy là báu vật của đất nước, thì thần cũng coi chữ tín là báu vật của thần, nay muốn huỷ hoại báu vật của thần để bảo toàn báu vật của nước, thần khó mà làm được." Sau vua Lỗ phải đưa đỉnh thật ra.

- Quốc ngữ

和氏璧

【原文】

楚人和氏得玉璞楚山中，奉而献之厉王。厉王使玉人相之。玉人曰：“石也。”王以和为诳，而刖其左足。及厉王薨，武王即位。和又奉其璞而献之武王。武王使玉人相之。又曰：“石也。”王又以和为诳，而刖其右足。

武王薨，文王即位。和乃抱其璞而哭于楚山之下，三日三夜，泣尽而继之以血。王闻之，使人问其故，曰：“天下之刖者多矣，子奚哭之悲也？”和曰：“吾非悲刖也，悲夫宝玉而题之以石，贞士而

【释文】

楚国人和氏在楚国的山林中得到一块未曾加工过的原料玉石，他就捧着这块玉石呈献给厉王。厉王命宫廷的玉师鉴定这块玉石，玉师对楚厉王说：“这是一块石头。”厉王认为和氏是在撒谎，因而砍掉了他的左脚。等到厉王去世，武王登上了王位，和氏又捧着他的原料玉石呈献给武王。武王命令玉师对原料玉石进行辨别，玉师又对楚武王说：“这是一块石头。”武王又认为和氏是在诓骗，因而又砍掉了和氏的右脚。

武王去世，文王即位，和氏抱着他的玉石在楚山之下放声大哭，一直哭了三天三夜，眼泪哭干了，眼里继续流着血。文王听到这件事后，就派人问他哭的缘故。派去的人问和氏说：“天下被砍掉脚的人太多了，你怎么哭得如此悲伤？”和氏对这个人说：“我不是悲痛我的脚被砍掉，我悲痛的是那块玉石被鉴定成石头，诚实的人

Ngọc ông Hoà

Nước Sở có ông họ Hoà được một viên ngọc thô ở trong núi, đem dâng vua Sở Lệ Vương. Lệ Vương bảo thợ ngọc xem. Thợ ngọc nói: "Đây là đá." Vua cho ông Hoà là nói dối, sai chặt chân trái. Sau Lệ Vương băng hà, Vũ Vương nối ngôi. Ông Hoà lại đem ngọc ấy dâng lên Vũ Vương. Vũ Vương sai thợ ngọc xem. Thợ ngọc lại nói: "Đây là đá." Vua lại cho ông Hoà nói dối, sai chặt nốt chân phải.

Vũ Vương băng hà, Văn Vương lên ngôi. Ông Hoà ôm viên ngọc ngồi khóc dưới chân núi Sở Sơn, suốt ba ngày ba đêm, đến chảy máu mắt ra. Vua hay tin, sai người đến hỏi nguyên do, hỏi rằng: "Trong thiên hạ này, người bị chặt chân nhiều lắm, sao ông phải khóc thương tâm thế?" Ông Hoà đáp: "Tôi không phải là thương hai chân tôi bị chặt, mà chỉ thương về nỗi ngọc thật lại

【原文】

名之以诳，此吾所以悲也。”王乃使玉人理其璞，而得宝焉，遂命曰：“和氏之璧。”

——《韩非子》

【释文】

被说成骗子，这才是我悲伤的原因。”文王于是命令玉师重新鉴定，加工这块玉石，并从中得到了宝玉，于是把它命名为“和氏之璧”。

cho là đá, nói thật lại cho là nói dối, đó mới là điều khiến tôi đau buồn." Vua bèn sai thợ ngọc đẽo gọt viên ngọc thô này, thì quả được ngọc thật, từ đó đặt tên là ngọc ông Hoà.

- Hàn Phi Tử

冯谖买义

【原文】

后孟尝君出记，问门下诸客：“谁习计会，能为文收责于薛者乎？”冯谖署曰：“能。”孟尝君怪之，曰：“此谁也？”左右曰：“乃歌夫长铗归来者也。”孟尝君笑曰：“客果有能也，吾负之，未尝见也。”请而见之，谢曰：“文倦于事，愦于忧，而性懧愚，沈于国家之事，开罪于先生。先生不羞，乃有意欲为收责于薛乎？”冯谖曰：“愿之。”于是，约车治装，载券契而行。辞曰：“责毕收，以何市而反？”孟尝君曰：“视吾家所寡有者。”

【释文】

后来，孟尝君出了一个公告，来征询他的门客：“你们当中谁熟习算账理财，能替我到薛地去收债？”冯谖在通告本上写上自己名字“我能”。孟尝君看见这个名字感到很奇怪，于是问：“这是谁呀？”管事的人回答说：“就是唱‘长铗归来’的那个人。”孟尝君笑道：“这位客人果真有才能，我亏待了他，还没跟他见过面呢！”于是派人去请冯谖来相见，当面道歉说：“我被政事搞得精疲力竭，被忧虑搅得心烦意乱；并且我生性懦弱无能，整天埋没在国家大事之中，以致慢待了先生您，而您却并不怪罪，还愿意替我往薛地去收债，是吗？”冯谖回答道：“我愿意去办理这件事。”于是备好车马，整理行装，装上契约票据准备前行。辞行的时候冯谖问：“债款收完后，用它买些什么东西回来？”孟尝君说：“您就看我家里缺些什么东西吧。”

冯谖赶着马车到薛地，派官吏把该还债务的百姓召集过来核验

Mua nghĩa

Mạnh Thường Quân mang sổ sách ghi chép ra hỏi môn khách rằng: "Có ai rành về tính toán, hãy sang đất Tiết thu nợ giúp ta!" Phùng Hoàn đáp: "Tôi làm được." Mạnh Thường Quân lấy làm lạ, hỏi: "Người này là ai?" Tả hữu đáp: "Chính là người hát bài *Trường giáp quy lai* đấy!" Mạnh Thường Quân cười nói: "Vị khách này quả là có tài, ta đã phụ lòng anh ta, chưa từng gặp mặt." Bèn mời vào gặp, tạ lỗi rằng: "Ta mệt mỏi vì việc vặt, buồn phiền bởi lo toan, lại thêm tính tình nhu nhược trì độn, miệt mài với đại sự quốc gia, nên đã không chu toàn với tiên sinh. Tiên sinh đã không trách, còn muốn đi thu nợ ở đất Tiết giúp ta phải không?" Phùng Hoàn đáp: "Xin được đi." Thế là đóng xe ngựa, chuẩn bị hành trang, chở theo khế ước lên đường. Lúc sắp đi, Phùng Hoàn hỏi: "Tiền thu nợ được, ngài có định mua gì về không?" Mạnh Thường Quân nói: "Tiên sinh xem trong nhà ta thiếu thứ gì thì mua."

【原文】

驱而之薛，使吏召诸民当偿者，悉来合券。券遍合，起，矫命以责赐诸民，因烧其券，民称万岁。

长驱到齐，晨而求见。孟尝君怪其疾也，衣冠而见之，曰：“责毕收乎？来何疾也！”曰：“收毕矣。”“以何市而反？”冯谖曰：“君云‘视吾家所寡有者’。臣窃计，君宫中积珍宝，狗马实外厩，美人充下陈。君家所寡有者以义耳！窃以为君市义。”孟尝君曰：“市义奈何？”曰：“今君有区区之薛，不拊爱子其民，因而贾利之。臣窃矫君命，以责赐诸民，因烧其券，民称万岁。乃臣所以为君市义也。”孟尝君不说，曰：“诺，先生休矣！”

【释文】

契据借约。借约核验完毕后，他假托孟尝君的命令，把所有的债款赏赐给百姓，并当场把他们的借约烧掉。百姓都齐声高呼万岁。

冯谖马不停蹄赶回齐国都城，大清晨就来拜见孟尝君，孟尝君对冯谖回来得如此迅速感到很诧异，他立即穿戴好衣帽，出来接见他，问道：“债款都收齐了吗？怎么回来得这么快呀？”冯谖说：“都收齐了。”“用它买些什么东西回来了？”孟尝君问。冯谖回答道：“您曾说‘看我家缺些什么东西’，我私下考虑您府中堆满了珍珠宝贝，外面马房挤满了猎狗、骏马，后庭站满了美丽的女子，您府上所缺的只不过是‘仁义’罢了，所以我私自做主用收回的债款为您买了‘仁义’。”孟尝君问道：“买仁义是怎么样一回事？”冯谖道：“现今您不过有拥有一块小小的薛地，却不好好抚育爱护百姓，视民如子，反而用商贾之道向人民收取利息，因此我私自假传您的命令，把债款赏赐给百姓，顺便烧掉了借约，百姓都欢呼万岁，这就是我用来为您买义的方式啊。”孟尝君听后不愉快地说：“好吧，先生，算了吧。”

Khi đến đất Tiết, Phùng Hoàn cho người gọi các con nợ lại đối chiếu khế ước. Đối chiếu xong, lấy danh nghĩa Mạnh Thường Quân tặng lại khoản nợ cho người dân, đem văn tự ra đốt sạch, dân đều tung hô vạn tuế.

Quay về đất Tề, sáng sớm vào xin gặp Mạnh Thường Quân. Thấy ông ta về nhanh đến vậy, Mạnh Thường Quân lấy làm lạ, áo mũ chỉnh tề ra gặp, hỏi: "Đã thu hết nợ chưa? Sao về nhanh vậy?" Đáp rằng: "Đã thu hết cả rồi." "Vậy ông mua gì về thế?" Phùng Hoàn đáp: "Tướng công nói rằng, xem trong nhà ta thiếu thứ gì thì mua, tôi trộm tính, nhà tướng công châu báu đầy kho, chó ngựa đầy chuồng, người đẹp đầy nhà. Nhà tướng công chỉ còn thiếu có mỗi một thứ, đó là cái 'nghĩa'! Nên đã mạn phép mua nghĩa về cho tướng công." Mạnh Thường Quân hỏi: "Mua nghĩa bằng cách nào?" Đáp rằng: "Nay tướng công chỉ có đất Tiết nhỏ nhoi, nếu không yêu dân như con, mà lại dùng cách buôn bán để mưu lợi của dân. Tôi mạn phép lấy danh nghĩa của tướng công, cho dân hết nợ, đốt hết văn khế, dân đều hô vạn tuế, đó là tôi đã mua nghĩa cho tướng công vậy." Mạnh Thường Quân nghe nói thế thì không vui, nói: "Thôi được, tiên sinh về đi!"

【原文】

后期年，齐王谓孟尝君曰："寡人不敢以先王之臣为臣。"孟尝君就国于薛。未至百里，民扶老携幼，迎君道中。孟尝君顾谓冯谖："先生所为文市义者，乃今日见之。

——《战国策》

【释文】

过了一年，后继的齐王对孟尝君说："我可不敢拿先王的臣子当作我的臣子。"孟尝君只好回到他的封地薛城去居住。走到离薛地还差百里的地方，薛地的百姓就扶老携幼，在路上迎接孟尝君到来。孟尝君回头看着冯谖说："先生您替我用借约买的仁义，竟然让我在今天见到了。"

Một năm sau, Tề Vương nói với Mạnh Thường Quân rằng: "Ta không dám dùng bề tôi của tiên vương nữa." Mạnh Thường Quân đành quay về đất Tiết. Còn trăm dặm nữa mới đến nơi, dân đã dìu già dắt trẻ, ra đón đầy đường. Mạnh Thường Quân bấy giờ mới ngoảnh lại bảo Phùng Hoàn rằng: "Tiên sinh mua nghĩa cho ta, nay ta mới thấy."

- Chiến Quốc sách

许允丑妻

【原文】

许允妇是阮卫尉女，德如妹，奇丑。交礼竟，允无复入，家人深以为忧。会允有客至，妇令婢视之，还答曰：“是桓郎。”桓郎者，桓范也。妇云：“无忧，桓必劝入。”桓果语许云：“阮家既嫁丑女与卿，故当有意，卿宜查之。”许便回入内，既见妇，即欲出。妇料其此出无复入理，便捉裾停之。许因谓曰：“妇有四德，卿有其几？”妇曰：“新妇所乏唯容尔。然士有百行，君有几？”许云：“皆备。”

【释文】

许允的妻子是阮卫尉的女儿，阮德如的妹妹，相貌丑陋无比。许允与妻子举行交拜礼后，许允就不想再进洞房去，家里人为此担忧不已。正当此时，许允接待来访的客人。新娘就叫丫鬟去到客厅看看来访的客人是谁，丫鬟看了之后，回来回答新娘说：“来访的客人是桓公子。”桓公子，他的大名是桓范。新娘对丫鬟说：“不用担心了，桓公子一定会劝他回到洞房来的。”桓范果然对许允说：“阮家既然把相貌最丑的女儿嫁给你，一定有其道理，你应当仔细观察她。”许允于是重新回到洞房。见到新娘后，就要往外走。新娘判定他如果这次出去就没有再回来的道理，便拉住他的衣襟挽留他。许允因此就问她：“女人必须具备妇德、妇言、妇容、妇功方面的品行，你有其中几样？”新娘回答说：“我所缺乏的只有容貌罢了。然而读书人应该具有各种好的德行，夫君又具有几种呢？”许允回答说：“我全都具有。”新娘说：“在各种好品行中德行居第一位。夫君

Vợ xấu

Vợ Hứa Doãn là con gái của vệ uý họ Nguyễn, em gái của Nguyễn Đức Như, cực kỳ xấu xí. Sau khi làm lễ giao bái, Hứa Doãn không muốn vào phòng, người nhà vô cùng lo lắng. Đúng lúc ấy, Hứa Doãn có khách, vợ sai con hầu ra xem, quay về bẩm rằng: "Là cậu Hoàn." Cậu Hoàn, tức là Hoàn Phạm. Vợ nói: "Không lo, cậu Hoàn sẽ khuyên chồng ta vào." Quả nhiên Hoàn nói với Hứa Doãn rằng: "Nhà họ Nguyễn đã gả con gái xấu xí cho ông, là có ý cả, ông nên hỏi cho rõ ràng." Hứa Doãn bèn quay vào phòng, nhìn thấy vợ, lại nhấp nhỉnh quay ra. Người vợ biết lần này đi ra sẽ không vào nữa, bèn kéo áo giữ lại. Hứa Doãn bèn hỏi: "Đàn bà có tứ đức, nàng được mấy đức?" Vợ đáp: "Thiếp đây chỉ kém có dung thôi. Kẻ sĩ có bách hạnh, dám hỏi chàng có mấy hạnh?" Hứa Doãn đáp: "Ta đầy đủ cả." Vợ nói: "Bách hạnh

【原文】

妇曰："夫百行以德为首。君好色不好德，何谓皆备？"允有惭色，遂相敬重。

——《世说新语》

【释文】

喜好美色而不喜好德行，怎么能够说全都具有呢？"许允听了妻子的话面有羞愧之色，于是从此开始敬重她。

thì đức làm đầu. Chàng là người hiếu sắc, không hiếu đức, sao lại bảo là có đủ được?" Hứa Doãn nghe vậy vô cùng xấu hổ, từ đó vợ chồng sống rất hoà thuận kính trọng lẫn nhau.

- Thế thuyết tân ngữ

苏秦之楚三日

【原文】

苏秦之楚，三日乃得见乎王。谈卒，辞而行。楚王曰：“寡人闻先生若闻古人。今先生乃不远千里而临寡人，曾不肯留？愿闻其说。”对曰：“楚国之食贵于玉，薪贵于桂，谒者难得见如鬼，王难得见如天帝。今令臣食玉炊桂，因鬼见帝。”王曰：“先生就舍，寡人闻命矣。”

——《战国策》

【释文】

苏秦到达楚国之后，等了三天才得到机会拜见到楚王。见了楚王，谈话结束后，就请告辞离开。楚王对苏秦说：“我听说过先生就如同听说过古人一样。现今先生您能千里迢迢地来到我的身边，竟不愿多呆一会，我想听听您说这是为什么？”苏秦回答楚王说：“楚国饭菜的价格比玉的价格还要贵，柴火比桂木还要珍贵，见传话人比见鬼还难，见您就如同见天帝一样难。现今我吃了玉又烧了桂树，因为小鬼才见到天帝。”楚王说：“先生在客舍先住下吧，我已经听闻您的教导了。”

Tô Tần sang Sở

Tô Tần sang nước Sở, chầu chực suốt ba ngày mới được vào yết kiến vua Sở. Nói xong câu chuyện, Tô Tần bỏ đi ngay. Vua Sở bảo: "Quả nhân nghe tiên sinh nói, như nghe thấy lời cổ nhân. Nay tiên sinh đã không quản xa xôi đến chơi với quả nhân, sao không ở lại? Quả nhân muốn nghe lời tiên sinh nói?" Tô Tần thưa: "Nước Sở đồ ăn đắt hơn ngọc, củi thổi đắt hơn quế, quan khó được gặp mặt như ma, vua khó được yết kiến như trời. Nay muốn bắt tôi ở lại ăn ngọc, thổi quế, nhờ ma để gặp trời hay sao?" Vua nói: "Xin mời tiên sinh hãy ở lại, quả nhân nghe đã hiểu rồi."

- Chiến Quốc sách

蟂　螭

【原文】

智伯围赵襄子于晋阳，使人谓其守曰：“若能以城降，吾当使若子及孙世世保之。”守者对曰：“昔者中牟之郭圮，有蟂螭堕于河，沫拥之以旋，其翅拍拍。螌见而怜之，游而负之。及陆，谓曰：‘吾与子百年无相忘也。’螌振羽大笑曰：‘若冬春之不知也，而能百年无忘我乎？’今晋国惟无人而壅，女以天盈，盈而恃之，是壅祸也。壅祸恃盈，以虿尾于人，天实厌之。晋阳朝亡，女必夕死。死，予

【释文】

智伯把赵襄子包围在晋阳城内，于是派人去对守城的人说：“倘若你们能用这座城投降我们，我们可让你以及你的子孙后代都将保有此城。”守城的人对派来的人回答说：“从前中牟的城墙倒塌了，有一只蟂螭掉到河水中，水泡沫拥着它而旋转，它的翅膀在水中不停地打着水面，这时有一只蝼蛄看见了这种情形就十分可怜它，就游过去把它背到了岸边上。蟂螭十分感恩地对蝼蛄说：‘我和我的子孙一百年以后也不会忘记你的恩德啊。’蝼蛄挥动着翅膀大笑地说：‘你的生命如此短暂，连一个冬天春天都不曾经历，又怎么能够说一百年以后不会忘记我呢？’现今晋城内并没有什么人而被你们围塞，你们凭着天然的有利条件而骄横自大，骄横自大就依赖它，这是围困灾难啊。围困灾难靠得是骄横自大，这就如同用蝎毒害人，上天实在厌恶这样的做法，晋城如果早晨被攻破，那么你必定在晚上被处死。我即使死了，我的尸骨未寒就可以看到你的死，那怎么

Con ve

Trí Bá vây Triệu Tương Tử ở Tấn Dương, sai người đến nói với người giữ thành rằng: "Nếu mang thành này hàng ta, ta sẽ cho con cháu ông đời đời giữ thành này." Người giữ thành nói: "Ngày xưa, thành Trung Mâu sụp đổ, có con ve rơi xuống nước, nước cuốn làm chú ta quay như chong chóng, đôi cánh đập tứ tung. Một con dế dũi nhìn thấy thương tình, liền bơi ra cõng ve vào bờ. Ve nói với dế rằng: 'Tôi với anh, trăm năm sau không bao giờ quên nhau!' Dế rung cánh cười lớn mà nói: 'Đến mùa đông và mùa xuân anh còn chưa biết nó ra sao, mà còn nói trăm năm không quên tôi ư?' Nay nước Tấn không có người nên bị bao vây, ông nhờ thời mà kiêu, kiêu mà ỷ lại, đó là mối hoạ. Có hoạ mà ỷ lại kiêu căng, giống như dùng bò cạp đốt người, trời cao căm ghét điều đó. Tấn Dương mất vào buổi sáng, ông sẽ chết vào buổi tối.

【原文】

不寒，犹及见之，其何有于子及孙？”

是夕，智伯为韩魏所杀。

——《郁离子》

【释文】

又会对我的子孙后代有影响呢？”

这天晚上，智伯被韩魏所杀。

Tôi chết xác chưa kịp lạnh đã nhìn thấy cảnh ấy rồi, thì còn làm gì được cho con cháu tôi nữa."

Ngay tối hôm đó, Trí Bá bị hai quân Hàn, Nguỵ giết chết.

- Úc Ly Tử

二桃杀三士

【原文】

公孙接、田开疆、古冶子事景公，以勇力搏虎闻。晏子过而趋，三子者不起。晏子入见公曰："臣闻明君之蓄勇力之士也，上有君臣之义，下有长率之伦，内可以禁暴，外可以威敌，上利其功，下服其勇，故尊其位，重其禄。今君之蓄勇力之士也，上无君臣之义，下无长率之伦，内不可以禁暴，外不可以威敌，此危国之器也，不若去之。"公曰："三子者，搏之恐不得，刺之恐不中也。"晏子曰："此皆力攻勍敌之人也，无长幼之礼。"因请公使人少馈之二

【释文】

公孙接、田开疆、古冶子三个勇士共同侍奉齐国景公，他们以勇力空手斗虎闻名全国。有一天，晏子从他们身旁经过时，以小步快走表示对三勇士的尊敬，但这三个人却不起来，对晏子傲慢无礼。晏子入宫进见景公，说："我听说明君蓄养的勇士，对上有君臣之礼，对下讲究长幼有序，对内可以制止暴乱，对外可以威慑敌人，上面的人赞扬他们的功劳，下面的人佩服他们的勇气，所以使他们有尊贵的地位，有优厚的俸禄。而现在君王您所蓄养的勇士，对上没有君臣之礼，对下不讲究长幼有序，对内不能制止暴乱，对外不能威慑敌人，这些人是祸乱国家之人，不如尽快除掉他们。"景公对晏子说："这三个人力气很大，与他们硬拼，恐怕不能成功，暗中刺杀，又唯恐刺不中。"晏子回答景公说："这些人虽然力大不惧强敌，但不讲长幼之礼。"于是就请景公派人赏赐他们三人两个桃子，并对他们三勇士说："你们三个人就按功劳大小去分吃这两个桃子吧！"

Hai quả đào giết ba dũng sĩ

Ba dũng sĩ Công Tôn Tiếp, Điền Khai Cương và Cổ Dã Tử đều phụng sự Cảnh Công, có thể tay không vật hổ, nổi tiếng vũ dũng. Một hôm Án Tử đi ngang qua chỗ họ, ba người đều không đứng dậy. Án Tử vào gặp Cảnh Công nói: "Thần nghe minh quân nuôi dũng sĩ, trên biết nghĩa vua tôi, dưới biết đạo trên dưới, trong có thể trừ bạo, ngoài có thể chống địch, trên ca ngợi công lao, dưới khâm phục dũng cảm, nên cho chức cao, hưởng lộc hậu. Nay nhà vua nuôi dũng sĩ, trên không biết nghĩa vua tôi, dưới không biết đạo trên dưới, trong không thể trừ bạo, ngoài không thể chống địch, sẽ nguy đến đất nước, chẳng bằng trừ đi." Cảnh Công nói: "Ba người ấy, đánh thì sợ đánh không được, đâm thì sợ đâm không trúng." Án Tử nói: "Đó đều là người dũng mãnh hiếu chiến, nhưng không biết giữ lễ." Rồi bày kế cho Tề Cảnh Công

【原文】

桃，曰："三子何不计功而食桃？"公孙接仰天而叹曰："晏子，智人也！夫使公之计吾功者，不受桃，是无勇也，士众而桃寡，何不计功而食桃矣。接一搏猏，再搏乳虎，若接之功，可以食桃，而无与人同矣。"援桃而起。田开疆曰："吾仗兵而却三军者再，若开疆之功，亦可以食桃，而无与人同矣。"援桃而起。古冶子曰："吾尝从君济于河，鼋衔左骖，以入砥柱之流。当是时也，冶少不能游，潜行逆流百步，顺流九里，得鼋而杀之，左操骖尾，右挈鼋头，鹤跃而出。津人皆曰：'河伯也！'视之则大鼋之首也。若冶之功，亦可以食桃，而无与人同矣。二子何不反桃！"抽剑而起。公孙接、田

【释文】

公孙接头抬起来大叹说："晏子真是聪明人呀。他让景公赏赐我们，按功劳大小分配桃子吃。我们不接受桃子，就是不勇敢；可接受桃子，却又人多桃少，这就只有按功劳大小来分吃桃子。我第一次打败了野猪，第二次又打败了母老虎。像我这样的功劳，可以吃桃子，而不需要和别人共吃一个。"于是，他拿起一个桃子站起来了。田开疆说："我拿兵器接连两次击退敌军。以我这样的功劳来论，也可以自己独享一个桃子，不需与别人共吃一个。"于是，他也拿起一个桃子站起来了。古冶子说："我曾经跟随国君横渡黄河，大鳖咬住我们战车左边的马，把马拖到了河的中间，那时，我不能在水面游泳，只能潜在水里，顶住逆流行走百步，又顺着水流潜行了九里多，才抓住那大鳖并将它杀死了。我左手握着马尾，右手提着鳖头，如仙鹤一样跳出水面。渡口上的人都极为惊讶地说：'这是河神。'一看才知道原来是鳖的头。像我这样的功劳，也可独自享有一个桃子。而不需与别人共吃一个桃子！你们两个人为什么不快把桃子退回来！"说完便抽出宝剑站了起来。公孙接、田开疆说："我们两人论

phái người thưởng hai trái đào cho ba dũng sĩ, nói: "Ba vị hãy kể công trạng để ăn đào."

Công Tôn Tiếp ngửa mặt than rằng: "Án Tử, đúng là người mưu trí! Bảo nhà vua sai chúng ta kể công, nếu không nhận đào, thì là hèn nhát, nhưng người nhiều mà đào ít, sao không kể công để mà ăn đào. Tiếp một lần vật ngã lợn rừng, lại một lần đánh bại hổ mẹ, như công của Tiếp, có thể ăn đào, mà không cần ăn chung với người khác." Rồi cầm một quả đào đứng lên.

Điền Khai Cương nói: "Tôi tay cầm binh khí, liên tiếp đánh lui quân địch hai lần, như công của Khai Cương, cũng có thể ăn đào, mà không cần ăn chung với người khác." Rồi cũng cầm lấy trái đào đứng lên.

Cổ Dã Tử nói: "Tôi từng theo nhà vua vượt qua Hoàng Hà, có con rùa lớn cắn ngựa kéo xe bên trái, kéo ra giữa sông. Khi đó Dã còn nhỏ không biết bơi, đành lặn xuống đi ngược dòng trăm bước, đi xuôi dòng chín dặm, giết chết con rùa, tay trái dắt ngựa, tay phải xách rùa, nhảy vọt lên cao. Người trên bến đều kêu lên: 'Thần sông kìa!' Nhìn kỹ, hoá ra cái đầu rùa. Như công của Dã, cũng có thể ăn đào, mà không cần ăn chung với người khác. Hai ông trả đào cho tôi!" Rồi cầm kiếm xông lên. Công Tôn Tiếp,

【原文】

开疆曰："吾勇不子若，功不子逮，取桃不让，是贪也；然而不死，无勇也。"皆反其桃，挈领而死。古冶子曰："二子死之，冶独生之，不仁；耻人以言，而夸其声，不义；恨其所行，不死，无勇。虽然二子同桃而节，冶专其桃而宜。"亦反其桃，挈领而死。使者复曰："已死矣。"公殓之以服，葬之以士礼焉。

——《晏子春秋》

【释文】

勇敢赶不上您，论功劳也比不上您，拿桃子也不谦让您，这是贪婪啊；假如还苟且活着不死，那还有什么勇敢可言？"于是，他们二人都退还了桃子，刎颈自杀了。古冶子看到这种情形，说道："他们两个都死了，我独自一人活着，这是不仁；用言语去屈辱别人，吹捧自己，这是不义；对自己的言行感到悔恨，却又不敢去死，这是无勇。虽然可以这样说，他们两个人同吃一个桃子，是合适的；而我独享另一个桃子，也是应该的。"他也放回了桃子，刎颈自杀了。景公的使者回复说："他们三个人都死了。"景公命令装殓三人，以勇士的礼仪埋葬了他们。

Điền Khai Cương nói: “Tôi không dũng cảm bằng ông, công không lớn bằng ông, mà lại lấy đào, là tham; thế mà không chết, là bất dũng.” Liền trả lại quả đào, rồi cứa cổ tự sát. Cổ Dã Tử nói rằng: “Hai ông chết cả, mà mình Dã còn sống, là bất nhân; dùng lời nói để sỉ nhục người khác, khoe khoang bản thân, là bất nghĩa; căm ghét hành vi của mình mà không chết, là bất dũng. Dẫu vậy, hai người họ ăn chung một quả đào là đúng, một mình Dã ăn một quả đào là xứng đáng.” Rồi cũng trả quả đào lại, cắt cổ tự tử nốt. Người tặng đào quay về nói: “Đều chết cả rồi.” Nhà vua cho thay áo đẹp, mai táng họ theo lễ của dũng sĩ.

- Án Tử xuân thu

坎井之蛙

【原文】

坎井之蛙谓东海之鳖曰：“吾乐与！出跳梁乎井干之上，入休乎缺甃之崖；赴水则接腋持颐，蹶泥则没足灭跗；还虷蟹与科斗，莫吾能若也！且夫擅一壑之水，而跨跱坎井之乐，此亦至矣。夫子奚不时来入观乎？”

东海之鳖左足未入，而右膝已絷矣。于是逡巡而却，告之海曰：“夫千里之远不足以举其大；千仞之高不足以极其深。禹之时，十年九潦，而水弗为加益；汤之时，八年七旱，而崖不为加损。夫不为

【释文】

一只住在浅井中的青蛙对东海的一只大鳖说：“我住在这里真的是快乐啊！出去玩，我可以到井边的木栏上面蹦蹦跳跳。回来休息，我就蹲在残缺的井壁边休息一会儿；跳在水里，水就托起我的两腋与脸颊，踩入泥中，泥就淹没我的双脚，漫住我的脚背；转过来看一看孑孓、小螃蟹和蝌蚪，实在是没有一个能比得上我的！更何况，我自己独占一坑水井，在里面可以自由自在，独自蹦蹦跳跳游戏，这种乐趣也真是到了极限了啊。您为什么不经常来这儿参观参观呢？”

东海的大鳖听了青蛙的话，想进去看一看，左脚还没迈进去，右腿的膝盖就被井栏干卡住了。于是，它只好徘徊一阵子退了回去，并把大海里的情形告诉青蛙说：“你见过大海吗，一千里那么远不能够描绘出它的广阔；一千仞那么高不能够形容出它的深度。大禹的时候，十年之中有九年发大洪水，可是海水并不见增多；商汤的时

Ếch ngồi đáy giếng

Một con ếch sống dưới đáy giếng nói với con rùa sống ở biển Đông rằng: "Ta sống thật vui sướng. Ra thì có thể nhảy lên thành giếng, vào thì có thể nghỉ ngơi trong hốc ở thành giếng; xuống nước thì nước nâng tay vỗ má, lội bùn thì bùn ngập bàn chân; ngoảnh nhìn đám cung quăng, cua nhỏ, nòng nọc, đâu có loài nào bằng được ta! Vả lại ta độc chiếm một vũng nước, ở trong giếng nhảy nhót vui vẻ, đúng là sung sướng nhất đời. Sao ông lại không đến đây mà xem?"

Rùa biển Đông còn chưa thò được chân trái vào, đầu gối phải đã bị mắc kẹt. Nó đành phải từ từ lùi ra, rồi kể về biển cho ếch nghe: "Biển, ngàn dặm vẫn không đủ để tả sự rộng lớn của nó; ngàn nhẫn vẫn không đủ để tả chiều sâu của nó. Thời vua Vũ, mười năm chín lần lũ lụt, mà nước không thấy nhiều thêm. Thời vua Thang, tám năm bảy lần hạn hán, mà bờ không thấy sâu thêm.

【原文】

顷久推移，不以多少进退者，此亦东海之大乐也。”

于是坎井之蛙闻之，适适然惊，规规然自失也。

——《庄子》

【释文】

候，八年之中有七年干旱，可是海岸的水位也不见降低；大海的水不因时间的长短而发生变化，也不因雨量的多少而进退增减，这是处在大海里真正的最大快乐啊。”

这时候，浅井的青蛙听了大鳖的一番话，目瞪口呆，恍然地好像失去了什么，觉得自己太渺小了。

Không vì thời gian ngắn dài mà lên xuống, không vì mưa nhiều ít mà đầy vơi, đấy mới niềm vui sướng to lớn ở biển Đông."

Con ếch ở đáy giếng nghe vậy, bàng hoàng kinh ngạc, đờ đẫn như mất hồn.

- Trang Tử

鸲鹆学舌

【原文】

鸲鹆之鸟，出于南方，南人罗而调其舌，久之，能效人言，但能效数声而止，终日所唱，惟数声也。蝉鸣于庭，鸟闻而笑之。蝉谓之曰：“子能人言，甚善；然子所言者，未尝言也，曷若我自鸣其意哉！”鸟俯首而惭，终身不复效人言。

——《叔苴子》

【释文】

有一种叫八哥的鸟，它生养在南方，南方人常常用罗网捕捉到它，然后教它学习说话。训练时间长了，八哥就能够模仿人说的话，但也只是能够模仿几句就无法进行下去了。从早到晚模仿的，只是简单的那几句。有一只蝉在院子的树上鸣叫，八哥听了就开始嘲讽它。蝉对八哥说：“你能学习说人的话，这是一件很好的事情；然而你所说的话，不曾有一句是经过自己思考而发自内心的话，哪里像我叫的都是经过我自己思考的，表达的是我自己内心的声音！”八哥听了蝉的话后，惭愧地低下了头，从此以后，它到死都不再模仿人说话了。

Chim sáo học nói

Có loài chim sáo, sinh ở phương Nam, bị người phương Nam bắt được, dạy cho học nói, lâu ngày, bắt chước được tiếng người, nhưng chỉ học được vài câu mà thôi, cả ngày chỉ nhai đi nhai lại vài câu nói ấy. Có con ve kêu ở trong sân, chim sáo nghe thấy thì cười ve sầu. Ve nói với sáo rằng: “Anh biết nói tiếng người, là rất khéo; nhưng lời đó không phải là lời nói của anh, sao bằng tôi đây, tự hát lên ý tứ của mình.” Chim sáo cúi đầu hổ thẹn, cả đời không còn bắt chước tiếng người nữa.

- Thúc Thư Tử

痴人说梦

【原文】

戚某幼耽读而性痴，一日早起，谓婢某曰："尔昨夜梦见我否？"答曰："未。"

大斥曰："梦中分明见尔，何以赖？"去往诉母："痴婢该打，我昨夜梦见她，她坚说未梦见我，岂有此理耶？"

——《笑笑录》

【释文】

有一个姓戚的人，他从小就十分沉迷读书但是生性有点愚笨。有一天，他早早地起床后，问自己家里的女佣："昨天夜里你有没有梦见我？"女佣回答："我没有梦见你。"

他大声斥骂佣人道："我在梦中明明白白地见到了你，你还要抵赖什么？"他跑去告诉他的母亲说："那蠢女婢真是应该挨打。我昨天夜里分明梦见了她，她却坚持说没梦见我，哪有这样的道理！"

Thằng ngốc nói mê

Có một người họ Thích, từ bé rất ham học nhưng tính tình ngốc nghếch, một buổi sáng, anh ta dậy rất sớm, nói với người hầu gái: "Đêm qua mày có nằm mộng thấy tao không?" Người hầu gái đáp: "Không ạ!" Anh ta liền mắng: "Rõ ràng là tao nằm mộng thấy mày, sao mày lại dối trá thế!" Rồi đi mách với mẹ mình rằng: "Cái con hầu ngu dốt kia đáng đánh. Đêm qua rõ ràng là con nằm mộng thấy nó, mà nó lại bảo không nhìn thấy con, sao lại có chuyện như thế kia chứ?"

- Tiếu tiếu lục

牧竖拾金

【原文】

有牧竖，敝衣蓬首赤足，日驱牛羊牧冈间，讴而乐，意惬甚，牧亦善。一日，拾遗金一饼，内衣领中。自是歌声渐歇，牛羊亦时逸，心患失金，斯乃为金所累也。

——《贤弈编》

【释文】

有一个牧童，穿着破烂衣服、头发蓬乱、光着脚，他每天都赶着牛羊在山冈里放牧，欢快地唱着歌，心里非常舒适自足。有一天，在放牧牛羊的时候，他捡拾到了别人丢失了的一饼金子，就放进了自己的衣领口袋里。从此之后，放牧的时候，就渐渐听不到他唱歌的声音了，放牧的牛羊时常也有跑丢了的，他总担心会把金子弄丢，这都是被金子连累的啊。

Nhặt được vàng

Có một chú mục đồng ăn mặc rách rưới, đầu tóc bù xù, đi chân đất, ngày ngày chăn bò dê cho ăn cỏ trên núi, còn chú ca hát vui vẻ, rất sung sướng, chăn trâu rất khéo. Một hôm, chú nhặt được một cục vàng đánh rơi, cẩn thận lấy vạt áo bọc lại. Từ đấy trở đi, dần không còn ca hát nữa, bò dê thi thoảng lại chạy mất. Vì lúc nào cũng sợ mất vàng, nên mới bị vàng làm hại.

- Hiền dịch biên

猱搔虎首

【原文】

兽有猱，小而善缘，利爪。虎首痒，辄使猱爬搔之，不休，成穴，虎殊快，不觉也。猱徐取其脑啖之，而汰其余奉虎。曰："余偶有所获腥，不敢私，以献左右。"虎曰："忠哉，猱也，爱我而忘其口腹。"啖已又弗觉也。久而虎脑空，痛发，迹猱。猱则已走避高木矣。虎跳踉，大吼乃死。

——《贤弈编》

【释文】

野兽之中有一种叫猱的动物，它个头小而擅长于攀爬，它的爪子十分锋利。有一次，老虎的头部有点痒，就让猱来挠痒，猱不停地在老虎脑袋上挠，时间久了，结果在老虎脑袋上挠出了一个窟窿，老虎非常舒服，并没有觉得脑袋被挠破了。猱慢慢地取老虎的脑浆出来吃，并把剩下的残余脑浆献给老虎。并说："我偶然得到一点荤腥，不敢独自享用，以用来献给您吃。"老虎说："猱真是忠心啊，爱我却舍弃了它自己的口腹之欲。"吃完了，还没有觉察是自己的脑浆。时间久了，老虎的脑浆已被掏空了。老虎疼痛发作，到处寻找猱的踪迹。猱却已经逃跑了，并躲藏在高高的树上了。后来，老虎非常地疼痛，翻腾蹦跳，大吼而死了。

Khỉ gãi đầu hổ

Có một con khỉ, thân bé nhưng giỏi trèo cao, móng rất sắc. Một con hổ thấy ngứa đầu, bèn nhờ khỉ gãi hộ, khỉ ta gãi rất hăng, đến nỗi cào thủng một lỗ trên đầu hổ. Nhưng hổ lại thấy rất đã ngứa, chẳng hề đau đớn gì. Dần dà, khỉ ta móc lỗ thủng lấy óc hổ ra ăn, thậm chí ăn thừa còn mời cả hổ ăn nữa. Hổ ăn thấy ngon, cho là khỉ trung thành với mình, nên càng yêu quý hơn. Lâu dần, óc hổ bị nạo vét hết, đau đầu quá, đi tìm khỉ thì khỉ đã trèo vút lên ngọn cây cao ẩn nấp rồi. Hổ đau đớn vật vã, gầm lên, ngã lăn đùng ra chết.

- Hiền dịch biên

按图索骥

【原文】

伯乐《相马经》有“隆颡蚨日，蹄如累麴”之语。其子执《马经》以求马，出见大蟾蜍，谓其父曰：“得一马，略与相同，但蹄不如累麴尔！”伯乐知其子之愚，但转怒为笑曰：“此马好跳，不堪御也。”

——《艺林》

【释文】

伯乐在《相马经》一书中写有“高高的额头，大眼睛，马蹄像叠起来的酒曲”之类的话。他的儿子拿着父亲写的《相马经》到外面物色好马。他在外面看见一只癞蛤蟆，就回来对父亲说：“我找到一匹好马，与您书上描绘的好马有点类似，只是蹄子不像堆叠起来的酒曲。”父亲知道儿子智商愚笨，他听后并没有生气，反而笑着对儿子说：“这马喜欢跳，不可能被驾驭。”

Theo sách tìm ngựa

Trong sách *Xem tướng chọn ngựa* của Bá Nhạc có viết: "Trán cao, mắt to, vó như bánh men rượu chồng lên nhau." Con trai của Bá Nhạc mang theo sách của bố đi chọn ngựa, đi tìm mãi thì gặp con cóc lớn, về nhà nói với bố: "Con tìm được một con ngựa, gần giống như trong sách cha tả, chỉ có điều chân nó không như bánh men rượu chồng lên nhau!" Bá Nhạc biết đứa con mình ngu dốt, không giận nữa mà cười nói: "Con ngựa này chỉ thích nhảy chứ không biết kéo xe đâu!"

- Nghệ lâm

墨鱼自祸

【原文】

海有虫，拳然而生者，谓之墨鱼。其腹有墨，游于水，则以墨蔽其身，故捕者往往迹墨而渔之。噫！彼所自蔽者，乃所以自祸也欤？人有恃智，亦足以鉴。

——《田间书》

【释文】

大海里生长着一种叫做墨鱼的生物，它的外形长的像个拳头。它的肚子里有一种黑色的水流出，在海水里游动的时候常排出墨水，来隐藏和保护自己，所以捕鱼的渔民往往能依据它游过的痕迹捉到它。哎，它用来隐蔽和保护自己的黑色液体，却给它自己带来灾祸。世间自认为聪明的人，也要以此为鉴，自我反省一下！

Cá mực chạy trốn

Trong biển có loài cá, giống như nắm tay, gọi là cá mực. Trong bụng nó chứa đầy mực đen, bơi đi trong nước, tự phun mực đen ra để che giấu thân mình, nhưng người bắt cá lại lần theo vết mực đen mà bắt lấy nó. Ôi! Cái mà cá dùng để che mắt kẻ địch lại là nguyên nhân gây ra tai hoạ cho cá. Những kẻ láu cá vặt nên lấy đó làm gương.

- Điền gian thư

蝜蝂背物

【原文】

蝜蝂者，善负小虫也。行遇物，辄持取，卬其首负之。背愈重，虽困剧不止也。其背甚涩，物积因不散，卒踬仆不能起。人或怜之，为去其负，苟能行，又持取如故。又好上高，极其力不已，至坠地死。今世之嗜取者，遇货不避，以厚其室，不知为己累也，唯恐其不积。及其怠而踬也，黜弃之，迁徙之，亦以病矣。苟能起，又不艾，日思高其位，大其禄，而贪取滋甚，以近于危坠，观前之死亡不知戒。虽其形魁然大者也，其名人也，而智则小虫也，亦足哀夫！

——《柳河东集》

【释文】

蝜蝂是一种擅长背东西的小虫。它在爬行中如果遇到什么东西，就会抓取过来，仰起头背着它们。背负的东西有时越来越重，即使是非常疲乏劳累，它也不停止。它的背部皮肤十分粗糙，因此背上堆积的东西不会散落，但最终也会被重物压倒直至爬不起来。有时候，人们可怜它，就替它除去背部上的东西。可是，假如它还能够继续爬行，蝜蝂就像原先一样抓取东西。它又喜欢往高处爬，用尽了它所有力气，也不停止，直至跌落到地上摔死。现今世间那些贪婪的人，见到财物就不放过，用来扩充他们的家产，不知道财货是身外之物，会成为自己的累赘，只担心财物积累得不够多。等到他们事败之后，有的被贬官，有的被流放，这也够悲哀的了。但是，当他们一旦再被起用，他们仍不思悔改，整日想着谋高位，增俸禄，而且变得更加贪婪，直至面临深渊仍不回头，看到前人因贪财而自取灭亡却不引以为戒。即使他们的外表看似强大，他们名义上是人，可是智商却与蝜蝂一样。这也太可悲了！

Con vật thích mang nặng

Có một con vật nhỏ, tính thích cõng vật nặng trên lưng. Khi đi, gặp bất kể thứ gì, nó cũng nhặt đưa lên lưng mình. Vật cõng càng nặng, nó càng thích. Mặc dù rất mệt, nhưng nó vẫn tiếc rẻ, không bỏ bớt đi. Lưng nó gồ ghề, nên vật chồng rõ cao mà vẫn không rơi, có một lần, nó ngã dúi dụi, không sao bò dậy được nữa. Có người đi qua thương tình, bỏ bớt vật ở trên lưng nó xuống, nhưng hễ bò được dậy đi, thì nó lại nhặt tất cả những vật vừa bỏ chất lên lưng như cũ. Con vật này lại thích leo lên cao, ráng hết sức mà trèo, cho đến khi rơi bịch xuống đất chết tươi. Nay trên đời có những kẻ lòng tham vô đáy, thấy cái gì cũng ôm về mình, để chồng chất trong nhà, mà không biết của cải sẽ làm nhọc thân mình, chỉ lo không tích dủ. Đợi đến khi mắc lỗi mà ngã nhào, kẻ thì bị bãi chức, kẻ thì bị lưu đày, vô cùng khốn khổ. Đến khi lại được cất nhắc, vẫn không bỏ tật xưa, ngày ngày chỉ mong leo lên chức cao, kiếm được nhiều lộc, tham lam vô độ, càng leo cao càng nguy hiểm, nhìn thấy người khác ngã chết mà không biết tự răn. Tuy hình hài to lớn, tuy được gọi là người, nhưng trí tuệ khác gì con sâu nhỏ kia, cũng thực đáng buồn thay.

- Liễu Hà Đông tập

虎与刺猬

【原文】

有一大虫，欲向野中觅食，见一刺猬仰卧，谓是肉脔，欲衔之。忽被猬卷着鼻，惊走，不知休息，直至山中，困乏，不觉昏睡，刺猬乃放鼻而走。大虫忽起欢喜，走至橡树下，低头见橡斗，乃侧身语云："旦来遭见贤尊，愿郎君且避道！"

——《启颜录》

【释文】

有一只老虎，它想要到野地里去寻找食物，看见一只仰卧在地上的刺猬，以为是肉丸子，准备用嘴巴去叼咬它。忽然，老虎的鼻子被刺猬卷住了，它惊吓得狂奔逃命，不敢休息，一直逃跑到山里。老虎又困又累，就躺地上不知不觉昏昏睡着了。刺猬便放下老虎的鼻子逃跑了。老虎突然醒过来，发现刺猬没有在自己的身边，感到非常高兴。当老虎来到橡树的下面，低头看见橡树的树果，就把身体侧过在一旁，对橡果说："今天早上，我见过了令尊大人，恳请公子给我让让路！"

Hổ và nhím

Có một con hổ đang đi kiếm mồi trong đồng hoang, nhìn thấy một con nhím đang nằm ngửa, hổ ta tưởng đó là miếng thịt, định ngoạm. Nhím lập tức cuộn chặt lấy mũi hổ, hổ sợ hãi bỏ chạy, không dám dừng lại, vào tuốt trong núi, mệt quá ngủ thiếp đi. Nhím lúc này mới buông mũi hổ ra, bò đi nơi khác. Khi hổ tỉnh dậy, thấy vậy thì mừng rỡ, đi đến dưới gốc cây dẻ gai, cúi đầu nhìn thấy dưới gốc cây có quả dẻ gai, vội né mình kêu lên: "Sáng nay tôi đã gặp phải bố anh, giờ xin công tử hãy tránh đường cho tôi đi!"

- Khởi Nhan lục

燕石乱玉

【原文】

宋之愚人得燕石于梧台之东，归而藏之，以为大宝。周客闻而观焉。主人斋七日，端冕之衣，衅之以特牲，革匮十重，缇巾十袭。客见之，俯而掩口，卢胡而笑，曰：“此燕石也，与瓦甓不殊。”主人大怒，曰：“商贾之言，竖匠之心！”藏之愈固，守之弥谨。

——《阙子》

【释文】

宋国的一个蠢人在梧台的东边捡到一块燕石，回家后就精心地把它收藏起来了，认为捡到的这块燕石是贵重的宝贝。周国的客人听说了这件事，要求观看一下那人收藏的石头。藏石的主人斋戒七日，穿礼服，戴礼帽，杀牛来祭祀，在藏石的外面套了十个皮革箱子。又包了十条丹黄色的布。客人最终看到了那块藏石，俯下身子并掩住嘴巴，笑得发出声响地说道：“这是普通的燕石啊，和砖瓦片没什么不同。”藏石的主人听了发火道：“经商人的话，小人之心！”于是把那燕石藏得更加牢稳，看守得更加小心。

Đá nhầm thành ngọc

Ở nước Tống có một anh ngốc, nhặt được viên đá cuội ở phía đông Ngô Đài, mang về cất kỹ, coi là báu vật. Có người nước Chu nghe tin tìm đến xin xem. Chủ nhà trai giới bảy ngày, ăn mặc chỉnh tề, giết bò cúng tế, đựng trong mười lượt hộp da túi gấm. Người kia nhìn thấy, cúi gập người bưng miệng mà cười ầm ĩ, nói: "Đây là đá cuội, chẳng khác gì gạch ngói cả." Chủ nhà nổi giận, nói: "Đúng là lời của con buôn, tâm của tiểu nhân!" Lại càng cất giấu kỹ hơn, gìn giữ cẩn thận hơn.

- Khuyết Tử

医驼背

【原文】

昔有医人，自媒能治背驼，曰：“如弓者、如虾者、如曲环者，延吾治，可朝治而夕如矢。”一人信焉，而使治驼。乃索板二片，以一置地下，卧驼者其上，又以一压焉，而即蹁焉，驼者随直，亦复随死。

其子欲鸣诸官，医人曰：“我业治驼，但管人直，那管人死！”

——《雪涛小说》

【释文】

从前有一个医生，自我宣传说他能帮人治好驼背，说道：“无论这个人的腰，弯得像弓、像虾，还是像弯曲的环那样的，如果让我来治疗，可以在早晨被医治的，他的腰到晚上就会像箭杆一样直。”有一个人相信了他的话，就让他治驼背。于是，医生要来两块木板，用一块放在地上，让驼背的人趴在上面，又用另一块压在驼背的上面，然后跳到木板上用力地踩，驼背很快直了，然而人也随即被踩死了。

驼背的儿子要向官府告状，医生却对驼背的儿子说：“我的专业是治疗驼背，只要负责把人的背弄直，我才不管人死不死！”

Trị bệnh lưng gù

Xưa có một thầy lang chuyên trị bệnh lưng gù, khoác lác rằng: "Người gù như cánh cung, như con tôm, như cái vòng, mời tôi đến chữa, sáng chữa thì chiều thẳng tưng như mũi tên." Một người tin thật, bèn mời đến chữa lưng gù cho mình. Thầy lang lấy hai tấm ván, một tấm để dưới đất, cho anh gù nằm sấp lên đó, rồi ép tấm kia lên trên, sau đó trèo lên dận lấy dận để. Anh gù thẳng ra được, nhưng cũng chết luôn.

Con anh gù kiện lên quan, thầy lang nói: "Nghề của tôi là trị lưng gù, chỉ biết làm cho lưng người ta thẳng ra, còn sống chết tôi mặc kệ!"

- Tuyết Đào tiểu thuyết

山鸡起舞

【原文】

山鸡爱其毛羽，映水则舞。魏武帝时，南方献之，帝欲其鸣舞而无由。公子苍舒令置大镜其前，鸡鉴形而舞，不知止。遂乏死。

——《异苑》

【释文】

山鸡非常欣赏自己漂亮的羽毛，在湖水旁一边照，一边起舞。魏武帝曹操时候，南方地区有人呈献山鸡给魏武帝，魏武帝想要山鸡放歌起舞却没有什么办法。曹操的儿子曹冲，就命令人将山鸡放置在一面大铜镜子前，山鸡在大铜镜前看到自己美丽的形体和羽毛，仿佛自己置身在明净的湖面，于是连连鸣叫、翩翩起舞。山鸡越舞越得意，竟然不知道停歇下来，直至累死。

Gà rừng hay múa

Gà rừng rất yêu bộ lông của mình, thường đến bên dòng suối soi mình xuống nước để nhảy múa. Thời Nguỵ Vũ Đế (Tào Tháo), có người ở phương Nam mang biếu ông ta một con gà rừng, Tào Tháo rất muốn xem gà múa, nhưng chẳng làm sao khiến chúng múa được. Công tử Thương Thư bèn sai người đặt tấm gương lớn phía trước gà rừng, gà ta nhìn thấy bóng mình liền múa liên hồi. Cho đến khi chết vì mệt.

- Dị uyển

图书在版编目(CIP)数据

中国古代寓言选:汉越对照 /邓海霞今译;(越南)黎辉潇译. —长沙:岳麓书社,2023.5

(大中华文库)

ISBN 978-7-5538-1828-3

Ⅰ.①中… Ⅱ.①邓…②黎… Ⅲ.①越南语—汉语—对照读物②寓言—作品集—中国—古代 Ⅳ.①H449.4:I

中国版本图书馆 CIP 数据核字(2023)第 065544 号

责任编辑:彭卫才 Chu Thanh Nga[越南]

大中华文库

中国古代寓言选

邓海霞 今译

[越南]黎辉潇 译

湖南岳麓书社有限责任公司出版发行

(湖南长沙市爱民路 47 号 邮政编码 410006)

http://www.yueluhistory.com

制版、排版者:北京杰瑞腾达科技发展有限公司

印制者:深圳市彩美印刷有限公司

开本:960×640 1/16(精装)

2023 年 5 月第 1 版第 1 次印刷

(汉越对照)

ISBN 978-7-5538-1828-3

定价:188.00 元

印张:29.25